TRANZLATY

El idioma es para todos

Ngôn ngữ dành cho tất cả mọi người

La Transformación
(*La Metamorfosis*)
Hóa thân

Franz Kafka

Español
Tiếng Việt

www.tranzlaty.com

Primera parte
Phần một

Gregorio Samsa se despertó una mañana de un sueño intranquilo.

Gregor Samsa tỉnh giấc một buổi sáng sau một giấc mơ đầy lo lắng.

Se encontró en su cama, pero incapaz de moverse.

Anh ta thấy mình đang nằm trên giường, nhưng không thể cử động.

Se había transformado en una alimaña monstruosa.

Anh ta đã bị biến thành một con sâu bọ quái dị.

Estaba acostado boca arriba, sobre su espalda, que estaba dura como una armadura.

Anh ta nằm ngửa, lưng cứng như áo giáp.

Levantando un poco la cabeza podía ver su barriga.

Bằng cách hơi ngẩng đầu lên, anh ta có thể nhìn thấy bụng mình.

Pero su vientre estaba abovedado y dividido en segmentos.

Nhưng bụng của nó phình to và chia thành nhiều ngăn.

La manta descansaba encima de su vientre redondeado.

Chiếc chăn đang phủ lên chiếc bụng tròn trịa của anh ta.

Pero la manta estaba a punto de caerse por completo.

Nhưng chiếc chăn suýt nữa thì tuột xuống hoàn toàn.

Sus piernas eran lamentables comparadas con su tamaño habitual.

Đôi chân của anh ta trông thật đáng thương so với kích thước bình thường.

Y sus muchas piernas se movían impotentes ante sus ojos.

Và những chiếc chân dài ngoằng của hắn cứ giật giật bất lực trước mắt.

"¿Qué me ha pasado?" pensó para sí.

"Chuyện gì đã xảy ra với mình vậy?" anh tự nghĩ.

Pero no era un sueño del que no pudiera despertar.

Nhưng đó không phải là một giấc mơ mà anh ta không thể tỉnh dậy.

En realidad era su propia habitación la que él se encontraba.

Quả thực, đó chính là phòng của anh ấy mà anh ấy đang ở.

Un auténtico espacio para humanos, aunque un poco pequeño.

Một căn phòng thực sự dành cho con người, nhưng hơi nhỏ một chút.

Él yacía tranquilamente entre las cuatro paredes conocidas.

Anh nằm im lặng giữa bốn bức tường quen thuộc.

Sobre la mesa había una colección de muestras textiles.

Trên bàn là một bộ sưu tập các mẫu vải.

Samsa era un vendedor ambulante, de ahí las muestras.

Samsa là một người bán hàng rong, do đó mới có những mẫu hàng như vậy.

Encima de las muestras textiles desmontadas había una imagen.

Phía trên các mẫu vải đã được tháo rời là một bức tranh.

Recientemente había recortado la imagen de una revista.

Gần đây anh ấy đã cắt bức ảnh đó ra từ một tạp chí.

Había colocado el cuadro en un bonito marco dorado.

Ông ấy đã đặt bức tranh vào một khung mạ vàng rất đẹp.

El cuadro enmarcado mostraba a una dama sentada erguida.

Bức tranh đóng khung mô tả một người phụ nữ đang ngồi thẳng lưng.

Llevaba un gorro de piel y tenía un manguito de piel.

Cô ấy đội một chiếc mũ lông thú và đeo một chiếc khăn choàng cổ bằng lông thú.

Ella estaba levantando su mano hacia el espectador de la imagen.

Cô ấy giơ tay về phía người xem bức ảnh.

Todo su antebrazo desapareció dentro de su pesado manguito de piel.

Cả cẳng tay của cô ấy biến mất trong chiếc bao tay lông dày cộp.

Gregor miró por la ventana el clima gris.

Gregor nhìn qua cửa sổ ra khung cảnh ảm đạm.

Se podía oír fuertes gotas de lluvia golpeando la ventana.

Người ta có thể nghe thấy tiếng những hạt mưa nặng hạt rơi xuống cửa sổ.

El clima gris lo hacía sentir muy melancólico.
Thời tiết xám xịt khiến anh ấy cảm thấy rất buồn bã.
"¿Qué tal si duermo un poco más?" pensó.
"Hay là mình ngủ thêm một chút nữa nhỉ?" anh nghĩ.
"Dormir más podría ayudarme a olvidar estas tonterías".
"Ngủ nhiều hơn có lẽ sẽ giúp tôi quên đi những chuyện vớ vẩn này."
Pero dormir más era completamente inviable.
Nhưng ngủ thêm nữa là điều hoàn toàn không thể.
Porque estaba acostumbrado a dormir sobre su lado derecho.
Vì anh ấy đã quen ngủ nghiêng về bên phải.
Pero su estado actual le impedía realizar sus movimientos habituales.
Nhưng tình trạng sức khỏe hiện tại đã ngăn cản những hoạt động thường ngày của ông.
No tenía forma de llegar a esa posición.
Anh ta không có cách nào tự đưa mình vào tình cảnh này.
Intentó con todas sus fuerzas lanzarse hacia su lado derecho.
Anh ta cố gắng hết sức để nghiêng người về phía bên phải.
Probablemente intentó este movimiento cientos de veces.
Có lẽ ông ta đã thử động tác này cả trăm lần.
Pero él siempre volvía a la posición supina.
Nhưng anh ấy luôn ngả người trở lại tư thế nằm ngửa.
Cerró los ojos para no ver sus piernas inquietas.
Anh nhắm mắt lại để không nhìn thấy đôi chân đang ngọ nguậy của mình.
Al final el dolor le impidió intentarlo de nuevo.
Cuối cùng, cơn đau đã ngăn cản anh ấy thử lại.
Un dolor sordo en el costado que nunca había sentido antes.
Một cơn đau âm ỉ ở bên sườn mà anh chưa từng cảm nhận trước đây.
«Oh Dios», pensó desesperado Gregorio Samsa.
"Ôi Chúa ơi," Gregor Samsa tuyệt vọng nghĩ thầm.
¡Qué profesión tan agotadora he elegido para mí!
"Tôi đã chọn cho mình một nghề nghiệp quả là vất vả!"
"Día tras día tengo que viajar por trabajo".
"Ngày nào tôi cũng phải đi lại nhiều nơi vì công việc."

"El trabajo de oficina es mucho más fácil que trabajar fuera de casa".
"Công việc văn phòng dễ hơn nhiều so với công việc di chuyển trên đường."
"Y tengo la maldición de tener que viajar."
"Và tôi lại mang trong mình lời nguyền phải đi lại khắp nơi."
"Todas las preocupaciones por llegar a tiempo a los trenes."
"Nỗi lo lắng về việc đến đúng giờ tàu chạy."
"Mis horarios de comida son irregulares y la comida es mala".
"Giờ ăn của tôi không đều đặn, và thức ăn thì dở tệ."
"Mis amigos siempre están cambiando de ciudad en ciudad."
"Bạn bè tôi cứ thay đổi liên tục từ thị trấn này sang thị trấn khác."
"Las interacciones que tengo son frías y profesionales".
"Những tương tác của tôi đều lạnh lùng và mang tính chuyên nghiệp."
"¡Dejad que el Diablo se divierta con este tipo de trabajos!"
"Cứ để quỷ dữ tự mua vui bằng loại công việc này!"
Sintió un ligero picor en la parte superior del estómago.
Anh cảm thấy hơi ngứa ở phía trên bụng.
Se apoyó contra el poste de la cama, con la espalda.
Anh ta tựa lưng vào thành giường.
Quería poder levantar mejor la cabeza.
Anh ấy muốn có thể ngẩng đầu lên cao hơn.
Encontró el punto que le picaba y le molestaba.
Anh ấy đã tìm thấy chỗ ngứa đang làm phiền mình.
Su cabeza parecía estar cubierta de pequeños puntos blancos.
Đầu anh ta dường như được bao phủ bởi những chấm trắng nhỏ.
No podía decir qué eran esos pequeños puntos blancos.
Ông không thể biết những chấm trắng nhỏ này là gì.
Había planeado tocar el lugar con una de sus piernas.
Anh ta đã định dùng một chân chạm vào chỗ đó.
Pero cuando tocó el lugar sintió un extraño escalofrío.

Nhưng khi chạm vào chỗ đó, anh ta cảm thấy một luồng khí lạnh lạ.

Entonces inmediatamente retiró la pierna del lugar.

Vì vậy, anh ta lập tức rụt chân lại khỏi chỗ đó.

No tuvo más remedio que aceptar la sensación de picazón.

Anh ta không còn lựa chọn nào khác ngoài việc chấp nhận cảm giác ngứa ngáy.

Y volvió a su posición anterior en la cama.

Và anh ta trở lại tư thế cũ trên giường.

"Despertarse tan temprano realmente te vuelve bastante estúpido".

"Thức dậy quá sớm thực sự khiến người ta trở nên khá ngốc nghếch."

"Un hombre debe dormir lo suficiente", pensó.

"Đàn ông cần ngủ đủ giấc," anh tự nhủ.

"Los demás vendedores ambulantes viven una vida de lujo."

"Những người bán hàng rong khác sống một cuộc sống xa hoa."

"Por la mañana transfiero los pedidos que he recibido."

"Buổi sáng tôi sẽ chuyển tiếp các đơn hàng đã nhận được."

"Mientras tanto esos señores todavía están desayunando."

"Trong khi đó, những quý ông kia vẫn đang dùng bữa sáng."

"Imagínese si intentara hacer eso con mi jefe".

"Hãy tưởng tượng nếu tôi thử làm điều đó với sếp của mình."

"Me despediría antes de terminar mi desayuno."

"Ông ta sẽ sa thải tôi trước khi tôi kịp ăn xong bữa sáng."

"Pero quizá eso tampoco sería lo peor."

"Nhưng có lẽ đó cũng không phải là điều tồi tệ nhất."

"El problema es que mis padres me están frenando".

"Vấn đề là bố mẹ tôi đang kìm hãm tôi."

"Si no fuera por ellos ya habría dimitido."

"Nếu không phải vì họ thì tôi đã từ chức rồi."

"Me habría enfrentado al jefe y se lo habría dicho".

"Tôi đã đứng lên phản đối và nói với sếp."

"Diría exactamente lo que pienso de él y del trabajo".

"Tôi sẽ nói thẳng những gì tôi nghĩ về ông ấy và công việc đó."

"¡Se caería del escritorio si le contara todo!"

"Anh ấy sẽ ngã khỏi bàn nếu tôi kể hết mọi chuyện cho anh ấy nghe!"

"Es muy extraña la forma en que se sienta en su escritorio".

"Cách anh ấy ngồi ở bàn làm việc rất kỳ lạ."

"La forma en que habla con sus subordinados no es correcta".

"Cách ông ta nói chuyện với cấp dưới không đúng mực."

"Y lo peor es que su audición es muy pobre".

"Và điều tồi tệ nhất là thính lực của anh ấy rất kém."

"Así que no te queda otra opción que sentarte muy cerca de él."

"Vì vậy, bạn không còn lựa chọn nào khác ngoài việc ngồi rất sát anh ấy."

Pero dicho todo esto, la esperanza no está completamente perdida todavía.

"Tuy nhiên, dù sao thì hy vọng vẫn chưa hoàn toàn mất đi."

Ahorraré el dinero para pagar la deuda de mis padres".

"Tôi sẽ tiết kiệm tiền để trả nợ cho bố mẹ."

"No puedo hacer nada mientras todavía le deban dinero".

"Tôi không thể làm gì được chừng nào họ vẫn còn nợ tiền anh ta."

"Pero cuando la deuda esté pagada definitivamente lo haré."

"Nhưng khi trả hết nợ, tôi nhất định sẽ làm điều đó."

"Probablemente tomará otros cinco o seis años."

"Có lẽ sẽ mất thêm năm đến sáu năm nữa."

"Sí, entonces definitivamente se hará la gran separación".

"Vâng, khi đó chắc chắn sẽ có sự chia tách lớn."

"Por el momento, sin embargo, debo levantarme de la cama."

"Tuy nhiên, hiện tại tôi phải rời khỏi giường."

"Porque mi tren sale a las cinco en punto."

"Vì tàu của tôi sẽ khởi hành lúc năm giờ."

Gregor miró el despertador que sonaba sobre la mesa.

Gregor nhìn chiếc đồng hồ báo thức đang tích tắc trên bàn.

"¡Padre Celestial!" pensó al ver la hora.

"Lạy Chúa Cha!" anh nghĩ thầm khi nhìn đồng hồ.

Las seis y media ya habían pasado silenciosamente.

Sáu giờ rưỡi đã lặng lẽ trôi qua.

Y las manecillas del reloj seguían avanzando.

Và kim đồng hồ vẫn tiếp tục di chuyển về phía trước.

Y ahora se acercaba la cuarta hora menos cuarto.

Lúc này đã gần bảy giờ kém mười lăm phút.

"¿Quizás la alarma no sonó para despertarme?", pensó.

"Có lẽ chuông báo thức không reo để đánh thức mình?" anh ta nghĩ.

Desde la cama Gregor inspeccionó el despertador.

Từ trên giường, Gregor xem xét chiếc đồng hồ báo thức.

El despertador estaba programado exactamente para las cuatro.

Đồng hồ báo thức đã được đặt đúng giờ là bốn giờ.

No podía explicarlo, pero la alarma debió haber sonado.

Ông ta không thể giải thích được, nhưng chắc chắn chuông báo động đã reo.

"¿Cómo pude dormirme a pesar de la alarma sin darme cuenta?"

"Sao mình lại ngủ say đến nỗi không hề hay biết chuông báo thức reo?"

Cuando suena la alarma incluso sacude los muebles.

Khi chuông báo động reo, nó thậm chí còn làm rung cả đồ đạc trong nhà.

Sabía que su sueño no había sido para nada tranquilo.

Anh biết rằng giấc ngủ của mình hoàn toàn không được yên bình.

Pero quizá por eso su sueño era mucho más profundo.

Nhưng có lẽ đó là lý do tại sao giấc ngủ của ông ấy sâu hơn nhiều.

Tenía que pensar qué debía hacer ahora.

Anh ta phải suy nghĩ xem mình nên làm gì bây giờ.

El siguiente tren no salía hasta las siete.

Chuyến tàu tiếp theo phải đến bảy giờ mới khởi hành.

Coger ese tren sería casi imposible.

Bắt được chuyến tàu đó gần như là điều không thể.

Y aún no había empacado los textiles que necesitaba.

Và anh ấy vẫn chưa đóng gói những loại vải cần thiết.

Tampoco se sentía especialmente fresco y ágil.

Ông ấy cũng không cảm thấy mình đặc biệt tỉnh táo và nhanh nhẹn.

Quizás había una posibilidad de subir al tren.

Có lẽ vẫn còn cơ hội lên được tàu.

Pero de todas formas, un regaño por parte del jefe era inevitable.

Nhưng dù sao thì việc bị sếp khiển trách cũng là điều không thể tránh khỏi.

El empleado habría subido al tren de las cinco.

Người thư ký hẳn đã lên chuyến tàu lúc năm giờ.

El oficinista era una criatura sin carácter del jefe.

Nhân viên văn phòng đó là một kẻ nhu nhược, tay sai của ông chủ.

Así que la ausencia de Gregor ya habría sido informada.

Như vậy, việc Gregor vắng mặt hẳn đã được báo cáo rồi.

"¿Qué pasa si llamo para avisar que estoy enfermo?" Gregor estaba pensando.

"Nếu mình xin nghỉ ốm thì sao?" Gregor đang cân nhắc.

Pero eso sería extremadamente embarazoso y sospechoso.

Nhưng điều đó sẽ vô cùng đáng xấu hổ và đáng ngờ.

Gregor nunca había estado enfermo durante el tiempo que trabajó allí.

Trong suốt thời gian làm việc ở đó, Gregor chưa từng bị ốm.

Y ya les había dado cinco años de servicio.

Và ông ấy đã cống hiến cho họ năm năm phục vụ.

Lo más probable era que el jefe viniera a ver cómo estaba.

Rất có thể sếp sẽ đến kiểm tra tình hình của anh ta.

Probablemente traería al médico del seguro médico.

Có lẽ anh ta sẽ mang theo bác sĩ của bảo hiểm y tế.

Y culparía a los padres por la pereza de su hijo.

Và ông ta sẽ đổ lỗi cho cha mẹ về đứa con trai lười biếng của họ.

No podrían hacerle ninguna objeción.

Họ sẽ không thể phản đối anh ta.

Porque para él sólo había dos clases de trabajadores.

Vì đối với ông ta chỉ có hai loại công nhân.

O bien los trabajadores estaban completamente sanos o bien eran reacios al trabajo.

Hoặc là công nhân hoàn toàn khỏe mạnh, hoặc là họ lười biếng không muốn làm việc.

¿Y estaría equivocado en ese análisis básico?

Liệu phân tích cơ bản đó của ông ấy có sai không?

Ciertamente, en este caso tenía un argumento sólido.

Chắc chắn, trong trường hợp này, lập luận của ông ấy rất thuyết phục.

A pesar de su apariencia, Gregor en realidad se sentía bastante bien.

Mặc dù vẻ ngoài có vẻ không được khỏe, Gregor thực sự cảm thấy khá ổn.

El sueño innecesariamente largo lo dejó un poco somnoliento.

Giấc ngủ dài không cần thiết khiến anh ấy hơi buồn ngủ.

Pero aparte de eso no podía quejarse de enfermedad.

Nhưng ngoài chuyện đó ra thì ông ấy không có gì để phàn nàn về bệnh tật.

Incluso sintió un hambre especialmente fuerte y saludable.

Ông thậm chí còn cảm thấy một cơn đói đặc biệt mạnh mẽ và dễ chịu.

Mientras pensaba estos pensamientos el reloj volvió a sonar.

Trong lúc anh đang suy nghĩ những điều đó, tiếng chuông đồng hồ lại điểm.

Según la alarma eran ya las siete menos cuarto.

Theo chuông báo động thì lúc đó là 7 giờ 45 phút.

Y ahora también se oyó un suave golpe en la puerta.

Và lúc này, có tiếng gõ cửa nhẹ nhàng.

—Gregor —lo llamó alguien. Era la madre.

"Gregor," ai đó gọi cậu – đó là mẹ cậu.

"Son las siete menos cuarto", confirmó la alarma.

"Bây giờ là bảy giờ kém mười lăm phút," cô ấy xác nhận báo động.

¿No querías irte?, preguntó la suave voz.

"Chẳng phải anh/chị muốn rời đi sao?" giọng nói dịu dàng hỏi.

Gregor se asustó cuando oyó su voz respondiendo.

Gregor giật mình khi nghe thấy giọng mình trả lời.

La voz seguía siendo la voz que siempre tuvo.

Giọng nói vẫn là giọng nói quen thuộc của ông ấy.

Pero ahora había un nuevo sonido mezclado en su voz.

Nhưng giờ đây, giọng nói của anh ta lại pha lẫn một âm thanh mới.

Desde lo más profundo de él también salió un doloroso chillido.

Từ sâu bên trong anh ta cũng phát ra một tiếng rên đau đớn.

Al principio su voz parecía formar palabras con claridad.

Ban đầu, giọng nói của anh ta dường như phát âm rõ ràng.

Pero entonces Gregor escuchó el eco mental de su voz.

Nhưng rồi Gregor nghe thấy tiếng vọng trong tâm trí mình giọng nói của chính mình.

La grabación de su voz se interrumpió de una manera extraña.

Bản ghi âm giọng nói của anh ấy bị gián đoạn một cách kỳ lạ.

Y no estaba seguro de si había escuchado las cosas correctamente.

Và anh ta không chắc mình đã nghe đúng hay không.

Gregor sintió un profundo deseo de dar una respuesta detallada.

Gregor cảm thấy vô cùng muốn đưa ra một câu trả lời chi tiết.

Quería explicarle todo claramente a su madre.

Anh ấy muốn giải thích rõ ràng mọi chuyện cho mẹ mình.

Pero, dadas las circunstancias, tuvo que limitarse.

Nhưng, trong hoàn cảnh đó, anh ta buộc phải tự giới hạn bản thân.

Y respondió mucho más breve de lo que le hubiera gustado.

Và câu trả lời của ông ngắn gọn hơn nhiều so với dự định.

-Sí madre, no te preocupes, gracias, ya estoy levantado.

"Vâng mẹ, đừng lo, cảm ơn mẹ, con dậy rồi."

La puerta de madera probablemente ayudó a amortiguar su voz.

Cánh cửa gỗ có lẽ đã giúp làm giảm bớt tiếng nói của anh ta.

Desde fuera el cambio en la voz de Gregor pasó desapercibido.

Bên ngoài, sự thay đổi trong giọng nói của Gregor không ai nhận thấy.

La madre pareció estar satisfecha con su explicación.

Người mẹ có vẻ hài lòng với lời giải thích của anh ta.

Y ella se fue de nuevo tan silenciosamente como había llegado.

Và nàng lại ra đi lặng lẽ như lúc đến.

Pero la pequeña conversación tuvo un efecto no deseado.

Nhưng cuộc trò chuyện ngắn ngủi đó lại gây ra một tác dụng không mong muốn.

Llamó la atención de los demás miembros de la familia.

Anh ấy đã thu hút sự chú ý của các thành viên khác trong gia đình.

Gregor todavía estaba en casa y no había ido a trabajar.

Gregor vẫn ở nhà và chưa đi làm.

Y ahora el padre también llamó a la puerta lateral.

Và lúc này, người cha cũng gõ cửa bên hông.

Golpeó débilmente, pero decidido, con el puño.

Anh ta gõ nhẹ nhưng dứt khoát bằng nắm đấm.

—Gregor, Gregor —gritó—, ¿cuál es el problema?

"Gregor, Gregor," anh ta gọi, "có chuyện gì vậy?"

Al cabo de un rato volvió a advertir con voz más grave.

Một lúc sau, ông ta lại cảnh báo bằng giọng trầm hơn.

Pero ahora la hermana llamó a la puerta del otro lado.

Nhưng ở cánh cửa bên kia, người chị gái gõ cửa.

"¿Gregor? ¿No te encuentras bien?", preguntó en voz baja.

"Gregor? Anh không khỏe sao?" cô ấy hỏi khẽ.

"¿Necesitas algo?" preguntó preocupada.

"Bạn cần gì không?", cô ấy hỏi với vẻ lo lắng.

Gregor respondió a ambas partes: "Ya he terminado".

Gregor trả lời cả hai bên: "Tôi đã xong rồi."

Había hecho todo lo posible para pronunciar todas las palabras con cuidado.

Anh ấy đã cố gắng hết sức để phát âm từng từ một cách cẩn thận.

Y eliminó todo lo que era llamativo en su voz.

Và ông đã loại bỏ mọi thứ dễ nhận thấy trong giọng nói của mình.

El padre tambíen parecía satisfecho con la respuesta.

Người cha có vẻ cũng hài lòng với câu trả lời.

Y regresó a su desayuno inacabado.

Và anh ta quay lại với bữa sáng dang dở của mình.

Pero la hermana susurró: "Gregor, ábreme, te lo ruego".

Nhưng người chị thì thầm, "Gregor, hãy mở miệng ra, em cầu xin anh."

Pero su preocupación por él no podía conmoverlo de ninguna manera.

Nhưng sự quan tâm của cô dành cho anh không thể lay động anh theo bất kỳ cách nào.

Gregor no tenía intención de abrirle la puerta.

Gregor không hề có ý định mở cửa cho cô ấy.

Había adquirido algunos hábitos de cautela al viajar.

Ông ấy đã hình thành được một số thói quen thận trọng từ những chuyến đi.

Y se alababa a sí mismo por haber cerrado las puertas.

Và ông ta tự khen mình vì đã khóa cửa.

Primero quiso levantarse tranquilamente y a su propio ritmo.

Trước tiên, anh ấy muốn lặng lẽ thức dậy vào thời điểm thích hợp.

Y sin que nadie le molestara quiso vestirse.

Và, không muốn bị làm phiền, anh ấy muốn mặc quần áo.

Una vez logrado esto, quiso entonces desayunar.

Sau khi hoàn thành việc đó, anh ấy muốn ăn sáng.

Sólo entonces quiso reflexionar más sobre la situación.

Chỉ đến lúc đó anh ta mới muốn xem xét tình hình kỹ hơn.

Sabía que no tenía sentido hacer planes en la cama.

Anh ta biết rằng việc lên kế hoạch trên giường chẳng có ích gì.

Sería imposible llegar a una conclusión sensata.

Việc đưa ra một kết luận hợp lý là điều không thể.

Había habido otras ocasiones en las que se despertó con dolores leves.

Đã có những lần khác anh thức dậy với những cơn đau nhẹ.

Estos dolores siempre resultaban ser pura imaginación.
Những nỗi đau đó cuối cùng đều chỉ là do tưởng tượng mà ra.
Al levantarme de la cama el dolor invariablemente desaparecía.
Khi ra khỏi giường, cơn đau thường biến mất.
Tenía curiosidad por ver qué pasaría con esas ideas.
Ông ấy tò mò muốn xem điều gì sẽ xảy ra với những ý tưởng này.
El cambio en su voz probablemente se debió sólo a un resfriado.
Sự thay đổi trong giọng nói của anh ấy có lẽ chỉ là do bị cảm lạnh.
Los resfriados son simplemente un riesgo laboral para los viajeros.
Cảm lạnh chỉ là rủi ro nghề nghiệp đối với những người đi du lịch.
No tenía ninguna duda de que ésa era la explicación lógica.
Ông không hề nghi ngờ rằng đó là lời giải thích hợp lý.
Logró quitarse la manta de encima con facilidad.
Việc tự mình cởi bỏ tấm chăn ra rất dễ dàng.
Lo único que tenía que hacer era inhalar e inflarse.
Anh ta chỉ cần hít vào và tự thổi phồng mình lên.
La manta se deslizó de su cuerpo y cayó al suelo.
Chiếc chăn tuột khỏi người anh ta và rơi xuống sàn.
Su cuerpo increíblemente ancho dificultaba otras cosas.
Thân hình quá khổ của anh ta đã gây khó khăn cho những việc khác.
Habría necesitado brazos y manos para ponerse de pie.
Ông ấy cần có tay và cánh tay để đứng dậy.
Pero ya no tenía las extremidades que solía tener.
Nhưng ông ấy không còn tứ chi như trước nữa.
En lugar de brazos y manos tenía muchas piernas pequeñas.
Thay vì tay và cánh tay, cậu bé có rất nhiều chân nhỏ.
Y sus piernas se movían constantemente, sin su control.
Và đôi chân của anh ta liên tục cử động, ngoài tầm kiểm soát của anh ta.
Intentó doblar una pierna, pero en lugar de eso se estiró.

Anh ta cố gắng co một chân, nhưng thay vào đó chân lại duỗi thẳng ra.

Finalmente logró controlar una pierna.

Cuối cùng anh ta cũng điều khiển được một chân.

Pero luego se liberó el movimiento de las otras piernas.

Nhưng sau đó, chuyển động của các chân còn lại được thả lỏng.

Y todas sus piernas se crisparon de extrema excitación.

Và toàn bộ chân của anh ta co giật vì quá phấn khích.

Primero quería sacar la parte inferior de su cuerpo de la cama.

Đầu tiên, anh ta muốn đưa phần thân dưới của mình ra khỏi giường.

Pero en realidad aún no había visto la parte inferior de su cuerpo.

Nhưng thực tế thì anh ta vẫn chưa nhìn thấy phần thân dưới của mình.

Y, de todas formas, resultó demasiado difícil mover esta pieza.

Và dù sao thì việc di chuyển phần này cũng quá khó khăn.

Finalmente, con todas sus fuerzas, realizó un movimiento salvaje.

Cuối cùng, với tất cả sức lực, anh ta thực hiện một động tác táo bạo.

Sin más vacilación, avanzó.

Không chút do dự, anh ta tiến về phía trước.

Pero había elegido la dirección equivocada.

Nhưng anh ta đã chọn sai hướng đi.

Golpeó violentamente su cuerpo contra el poste inferior de la cama.

Anh ta đập mạnh người vào phần dưới của cột giường.

El dolor ardiente que sintió le enseñó una valiosa lección.

Cơn đau bỏng rát mà anh ấy cảm nhận đã dạy cho anh ấy một bài học quý giá.

La parte inferior de su cuerpo era quizás más sensible.

Có lẽ phần thân dưới của anh ta nhạy cảm hơn.

Entonces intentó sacar primero la parte superior del cuerpo de la cama.

Vì vậy, anh ấy cố gắng đưa phần thân trên ra khỏi giường trước.

Giró cuidadosamente la cabeza en la dirección correcta.

Anh ta cẩn thận quay đầu về đúng hướng.

Y pronto su cabeza estaba mirando hacia el borde de la cama.

Và chẳng mấy chốc, đầu anh ta đã hướng về phía mép giường.

Este movimiento cauteloso en realidad fue fácil para él.

Động thái thận trọng này thực ra khá dễ dàng đối với anh ta.

Y su anchura y peso no detuvieron su movimiento.

Và cả thân hình đồ sộ lẫn cân nặng cũng không cản trở được chuyển động của ông.

La masa de su cuerpo siguió lentamente el giro de la cabeza.

Toàn bộ cơ thể anh ta từ từ chuyển động theo hướng đầu.

Pero luego sostuvo su cabeza sobre el borde de la cama.

Nhưng rồi anh ta thò đầu ra khỏi mép giường.

Y se enfrentó a un nuevo miedo en el que aún no había pensado.

Và anh phải đối mặt với một nỗi sợ hãi mới mà anh chưa từng nghĩ đến.

Avanzar más por este camino podría ser peligroso.

Tiếp tục tiến xa hơn theo cách này có thể rất nguy hiểm.

Había pensado que simplemente se dejaría caer.

Anh ta đã nghĩ rằng mình chỉ cần để mặc cho bản thân rơi xuống.

Pero sería un milagro si no se lesionara la cabeza.

Nhưng sẽ là một phép màu nếu anh ta không bị thương ở đầu.

Ahora no era el momento de arriesgarse a perder el conocimiento.

Đây không phải là lúc để mạo hiểm mất ý thức.

Quizás sería mejor quedarse en la cama después de todo.

Có lẽ nằm trên giường vẫn tốt hơn.

Pero luego tuvo que hacer el mismo esfuerzo para regresar.

Nhưng sau đó anh ta lại phải nỗ lực tương tự để quay trở lại.

Después de todo ese esfuerzo él estaba tendido allí igual que antes.

Sau tất cả những nỗ lực đó, anh ta vẫn nằm đó như trước.

Y ahora sus piernas parecían incluso más enojadas que antes.

Và giờ đôi chân của anh ta dường như còn giận dữ hơn trước.

Los movimientos de sus piernas se habían vuelto aún más incontrolables.

Các cử động chân của anh ta ngày càng trở nên khó kiểm soát.

No veía manera de salir de la situación en la que se encontraba.

Anh ta không thấy cách nào để thoát khỏi tình cảnh hiện tại.

De este caos no fue posible sacar la paz ni el orden.

Không thể lập lại hòa bình và trật tự trong tình trạng hỗn loạn này.

Pero sabía que quedarse en la cama tampoco era una opción.

Nhưng anh biết rằng nằm lì trên giường cũng không phải là một lựa chọn.

Sacrificarlo todo era la opción más sensata.

Hy sinh tất cả là lựa chọn khôn ngoan nhất.

Se aferró a la más mínima esperanza de levantarse de la cama.

Anh ta bám víu vào chút hy vọng mong manh nhất là được ra khỏi giường.

Si lo hubiera conseguido, todo riesgo habría valido la pena.

Nếu anh ấy làm được điều này, mọi rủi ro đều đáng giá.

Pero al mismo tiempo también recordó algo más.

Nhưng cùng lúc đó, ông cũng nhớ ra một điều khác.

"Mejores que decisiones desesperadas son reflexiones tranquilas."

"Suy nghĩ thấu đáo, bình tĩnh sẽ tốt hơn là đưa ra những quyết định vội vàng."

Con todo su esfuerzo centró su mirada en la ventana.

Anh dồn hết sức lực để tập trung ánh mắt vào cửa sổ.

Pero lo que vio le trajo poca confianza y alegría.

Nhưng những gì ông chứng kiến không mang lại cho ông chút tự tin và niềm vui nào.

La niebla de la mañana cubría toda la estrecha calle.

Sương sớm bao phủ toàn bộ con phố hẹp.

El despertador volvió a sonar; ahora eran las siete.

Chuông báo thức lại reo; bây giờ đã là bảy giờ.

"Ya son las siete y todavía hay mucha niebla."

"Đã bảy giờ rồi mà sương mù vẫn còn dày đặc."

Durante un rato permaneció en silencio, respirando débilmente.

Một lúc lâu, anh nằm im lặng, chỉ thở yếu ớt.

Quizás un poco de quietud traería algo de normalidad.

Có lẽ sự tĩnh lặng sẽ mang lại một chút bình thường.

Un silencio absoluto podría provocar las condiciones reales.

Sự im lặng hoàn toàn có thể hé lộ những điều kiện thực sự.

Pero antes de que el reloj volviera a sonar, rompió el silencio.

Nhưng trước khi đồng hồ điểm chuông lần nữa, anh ấy đã phá vỡ sự im lặng.

"Antes de que el reloj vuelva a sonar, debo levantarme de la cama."

"Trước khi đồng hồ điểm chuông lần nữa, tôi phải ra khỏi giường."

"Para entonces tengo que estar totalmente fuera de la cama."

"Tôi nhất định phải ra khỏi giường trước giờ đó."

"Después de las siete y cuarto la oficina enviará a alguien."

"Sau 7 giờ 15 phút, văn phòng sẽ cử người đến."

"Porque la oficina abrió antes de las siete."

"Vì văn phòng mở cửa trước bảy giờ."

Y ahora empezó a balancear su cuerpo fuera de la cama.

Và lúc này anh ta bắt đầu lắc người ra khỏi giường.

Había abandonado el centrarse en la parte superior o inferior de su cuerpo.

Anh ta đã không còn tập trung vào phần thân trên hay thân dưới của mình nữa.

Todo el largo de su cuerpo tuvo que salir de la cama.

Toàn bộ chiều dài cơ thể anh ta phải rời khỏi giường.

Caer de esa manera debería proteger su cabeza, pensó.

Anh ta nghĩ, ngã theo cách này sẽ giúp bảo vệ đầu mình.

Había planeado levantar la cabeza cuando cayera al suelo.

Anh ta đã dự định sẽ ngẩng đầu lên khi ngã xuống đất.

La parte posterior de su cuerpo parecía lo suficientemente dura para el impacto.

Phần lưng của anh ta có vẻ đủ cứng cáp để chịu được cú va chạm.

Y la alfombra estaba allí para suavizar el aterrizaje.

Và tấm thảm ở đó để làm giảm lực va chạm.

Sin embargo, su mayor preocupación era el fuerte ruido.

Tuy nhiên, điều khiến ông lo lắng nhất lại là tiếng ồn lớn.

El ruido estrepitoso asustaría a todos en la casa.

Tiếng đổ vỡ sẽ làm mọi người trong nhà hoảng sợ.

Quizás no les daría miedo el ruido fuerte.

Có lẽ họ sẽ không sợ tiếng ồn lớn.

Pero seguramente se preocuparían si oyeran eso.

Nhưng chắc chắn họ sẽ lo lắng nếu nghe thấy.

Pero había que correr el riesgo de llamar la atención.

Nhưng việc chấp nhận rủi ro thu hút sự chú ý là điều không thể tránh khỏi.

El nuevo método era más un juego que un esfuerzo.

Phương pháp mới này giống một trò chơi hơn là một nỗ lực thực sự.

Tuvo que balancear su cuerpo con movimientos bruscos y espasmódicos.

Anh ta phải lắc lư người một cách đột ngột và giật cục.

Gregor ya estaba medio levantado de la cama.

Gregor đã ra khỏi giường được nửa chừng.

Ahora se le ocurrió una idea nueva.

Lúc này, một ý nghĩ mới chợt nảy ra trong đầu anh ta.

"Todo sería tan fácil si alguien viniera en mi ayuda."

"Mọi chuyện sẽ dễ dàng hơn nhiều nếu có ai đó đến giúp đỡ tôi."

"Dos personas fuertes serían suficientes."

"Hai người khỏe mạnh là hoàn toàn đủ."

Su padre y la criada serían lo suficientemente fuertes.

Cha anh và người hầu gái sẽ đủ sức giúp đỡ.

Sólo tendrían que deslizar los brazos bajo su espalda.

Họ chỉ cần luồn tay xuống dưới lưng anh ta.

Y luego pudieron sacarlo fácilmente de la cama.

Và sau đó họ có thể dễ dàng lôi anh ta ra khỏi giường.

Quizás habrían tenido que bajarle el peso poco a poco.

Có lẽ họ sẽ phải giảm cân cho anh ta từ từ.

Ojalá entonces las piernas hubieran encontrado su propósito.

Hy vọng rằng khi đó đôi chân sẽ tìm được mục đích sử dụng của mình.

¿No sería mejor después de todo pedir ayuda?

"Chẳng phải gọi người đến giúp sẽ tốt hơn sao?"

El problema, por supuesto, era que había cerrado las puertas.

Vấn đề nằm ở chỗ anh ta đã khóa cửa.

Había algo en ese pensamiento que le hacía cosquillas.

Ý nghĩ đó khiến anh ta cảm thấy thích thú.

Y a pesar de sus dificultades, no pudo evitar esbozar una sonrisa.

Và bất chấp khó khăn, anh ấy vẫn không thể kìm nén nụ cười.

Ya estaba cerca de perder el equilibrio.

Lúc này anh ta đã gần như mất thăng bằng rồi.

Cada movimiento lo acercaba más a caerse de la cama.

Mỗi cú đu đưa lại càng đưa anh ta đến gần hơn với nguy cơ ngã khỏi giường.

Pronto tendría que tomar la decisión final.

Sắp tới anh ta sẽ phải đưa ra quyết định cuối cùng.

En cinco minutos serían las siete y cuarto.

Năm phút nữa là tròn bảy giờ mười lăm phút.

Mientras pensaba estos pensamientos, sonó el timbre.

Trong lúc anh đang suy nghĩ những điều đó, chuông cửa reo.

"Es alguien de la oficina", se dijo.

"Chắc là người quen ở văn phòng," anh tự nhủ.

Y casi se quedó paralizado de miedo ante la visita.

Và anh ta gần như chết lặng vì sợ hãi trước vị khách lạ.

Sus piernas bailaron aún más salvajemente que antes.

Đôi chân anh ta chuyển động điên cuồng hơn cả trước đó.

Pero luego, por un momento, todo quedó en silencio.

Nhưng rồi, trong giây lát, mọi thứ bỗng im lặng.

"No abrirán la puerta", se dijo Gregor.

"Họ sẽ không mở cửa đâu," Gregor tự nhủ.

Todavía estaba atrapado en una esperanza sin sentido.
Anh ta vẫn còn chìm đắm trong một niềm hy vọng hão huyền nào đó.
Pero luego, por supuesto, la criada se dirigió a la puerta.
Nhưng rồi, tất nhiên, người hầu gái bước ra cửa.
Y como siempre, le abrió la puerta al visitante.
Và như thường lệ, bà mở cửa đón khách.
A Gregor le bastó con oír el primer saludo del visitante.
Gregor chỉ cần nghe lời chào đầu tiên của vị khách.
Pudo saber inmediatamente quién había venido a buscarlo.
Anh ta nhận ra ngay ai đến tìm mình.
El propio jefe de oficina había venido a ver cómo estaba Samsa.
Trưởng văn phòng đích thân đến để kiểm tra tình hình của Samsa.
¿Por qué Gregor fue el único condenado a este destino?
Tại sao Gregor lại là người duy nhất bị kết án phải chịu số phận này?
¿Por qué sólo él tuvo que servir en tal organización?
Tại sao chỉ có mình anh ta phải phục vụ trong một tổ chức như vậy?
El más mínimo descuido despertaba inmediatamente sospechas.
Chỉ một sơ suất nhỏ cũng lập tức gây ra nghi ngờ.
¿Todos los empleados que trabajaban allí eran unos sinvergüenzas?
Tất cả nhân viên làm việc ở đó đều là những kẻ bất lương sao?
¿No había entre ellos ninguna persona fiel y devota?
Trong số họ chẳng lẽ không có người nào trung thành và tận tụy sao?
¿No podrían haber enviado simplemente un aprendiz?
Sao họ không cử một người học việc sang?
¿Era realmente necesario todo este cuestionamiento?
Liệu tất cả những câu hỏi này có thực sự cần thiết không?
¿El representante autorizado tenía que venir personalmente?
Người đại diện được ủy quyền có cần phải đích thân đến không?

¿Había que informar a toda la familia inocente?
Cả gia đình vô tội đó có cần phải được thông báo không?
Todas estas consideraciones impulsaron a Gregor a actuar.
Tất cả những yếu tố trên đã thúc đẩy Gregor hành động.
Se levantó de la cama con todas sus fuerzas.
Anh ta dốc hết sức mình để ra khỏi giường.
Se escuchó un fuerte estallido, pero no era realmente un ruido.
Có một tiếng nổ lớn, nhưng thực ra nó không hẳn là tiếng động.
La caída había sido ligeramente suavizada por la alfombra.
Cú ngã đã được giảm bớt phần nào nhờ tấm thảm.
Su espalda era más elástica de lo que Gregor había pensado.
Lưng của hắn dẻo dai hơn Gregor tưởng.
Así que el sonido era más apagado y no tan perceptible.
Vì vậy, âm thanh trở nên trầm hơn và không dễ nhận thấy.
Pero no había cuidado su cabeza durante la caída.
Nhưng anh ta đã không chú ý đến phần đầu của mình trong lúc ngã.
Y cuando golpeó el suelo también se golpeó la cabeza.
Và khi ngã xuống đất, đầu anh ta cũng bị đập xuống.
Se frotó la cabeza contra la alfombra con rabia y dolor.
Anh ta dụi đầu vào thảm trong cơn giận dữ và đau đớn.
Pero el gerente de la habitación de al lado escuchó el ruido.
Nhưng người quản lý ở phòng bên cạnh đã nghe thấy tiếng động.
"Algo cayó allí", observó correctamente.
"Có thứ gì đó rơi vào trong đó," ông ấy nhận xét chính xác.
Gregor intentó imaginarse al gerente en su situación.
Gregor cố gắng hình dung người quản lý trong hoàn cảnh của mình.
"¿Podría pasarle lo mismo a él?" se preguntó.
"Liệu điều tương tự có thể xảy ra với anh ấy không?" anh tự hỏi.
Aceptó que este extraño acontecimiento pudiera ser posible.
Ông chấp nhận rằng sự kiện kỳ lạ này có thể xảy ra.

Y entonces el jefe de oficina dio unos pasos hacia la
habitación.

Rồi viên thư ký trưởng bước vài bước vào phòng.

Fue casi una respuesta burda a la pregunta que hizo.

Đó gần như là một câu trả lời thô thiển cho câu hỏi mà anh ấy
đã đặt ra.

Sus botas de cuero crujieron cuando se acercó a la puerta.

Đôi ủng da của anh ta kêu cót két khi anh ta tiến đến cửa.

Desde la habitación de su derecha su criada le susurró:

Từ căn phòng bên phải, người hầu gái thì thầm với anh ta.

Gregor, el representante autorizado está aquí.

"Gregor, người đại diện được ủy quyền, đã có mặt."

—Lo sé —dijo Gregor, pero sólo en voz baja, para sí mismo.

"Tôi biết," Gregor nói, nhưng chỉ khẽ nói với chính mình.

No se atrevió a levantar la voz por encima de un susurro.

Ông ta không dám nói to hơn tiếng thì thầm.

Porque Gregor no quería que su hermana lo oyera.

Vì Gregor không muốn em gái mình nghe thấy.

—Gregor —dijo el padre desde la habitación de la izquierda.

"Gregor," người cha nói từ phòng bên trái.

"El gerente ha venido a comprobar cuál es el problema".

"Quản lý đã đến để kiểm tra xem vấn đề là gì."

"Él te preguntó por qué no saliste en el tren temprano."

"Ông ấy hỏi tại sao bạn không đi chuyến tàu sớm."

"No sabemos qué decirle", dijo el padre.

"Chúng tôi không biết phải nói gì với thằng bé," người cha nói.

"Por cierto, también quiere hablar contigo personalmente."

"Nhân tiện, ông ấy cũng muốn nói chuyện riêng với bạn."

"Por favor, abre la puerta para que pueda hablar contigo."

"Làm ơn mở cửa để anh ấy có thể nói chuyện với bạn."

"Tendrá la amabilidad de disculpar el desorden en la
habitación".

"Ngài ấy sẽ rộng lượng bỏ qua sự bừa bộn trong phòng."

"Buenos días, señor Samsa", le saludó el gerente.

"Chào buổi sáng, ông Samsa," người quản lý gọi ông.

Y ciertamente le habló de manera amistosa.

Và quả thật ông ấy đã nói chuyện với anh ta một cách thân thiện.

"No está bien", le dijo la madre al gerente.

"Anh ấy không khỏe," người mẹ nói với người quản lý.

"No se encuentra bien en absoluto, créame, querido gerente."

"Tin tôi đi, thưa quản lý."

¿Por qué si no, Gregor perdería el tren de la mañana?

"Nếu không thì tại sao Gregor lại lỡ chuyến tàu sáng hôm sau?"

"El chico no tiene nada en la cabeza excepto el negocio."

"Cậu bé chỉ nghĩ đến công việc kinh doanh mà thôi."

"Casi me molesta que no haga nada más".

"Tôi gần như cảm thấy khó chịu vì anh ta chẳng làm gì khác ngoài việc đó."

"Me gustaría que saliera por las noches a tomar aire fresco".

"Tôi ước gì anh ấy ra ngoài hít thở không khí trong lành vào buổi tối."

"Estuvo en la ciudad ocho días por negocios."

"Ông ấy ở lại thành phố tám ngày để giải quyết công việc."

"Pero él estaba en casa todas esas noches"

"Nhưng tối nào ông ấy cũng ở nhà."

"Se sienta en nuestra mesa y lee el periódico".

"Anh ấy ngồi ở bàn chúng tôi và đọc báo."

"En otras ocasiones, estudia los horarios de los trenes."

"Vào những lúc khác, anh ấy nghiên cứu thời gian biểu của các chuyến tàu."

"A veces se mantiene ocupado con la carpintería".

"Thỉnh thoảng ông ấy cũng tự mình làm những công việc liên quan đến nghề mộc."

"Por ejemplo, talló un pequeño marco de madera para cuadros".

"Ví dụ, ông ấy đã khắc một khung tranh nhỏ bằng gỗ."

"Estuvo ocupado con la sierra durante dos o tres tardes".

"Suốt hai hoặc ba buổi tối, ông ấy đều bận rộn với cái cưa."

"Te sorprenderá lo bonito que es el marco de fotos".

"Bạn sẽ ngạc nhiên trước vẻ đẹp của khung tranh này."

"Ha colgado el marco de fotos en su habitación."

"Anh ấy đã treo khung tranh lên trong phòng mình rồi."

"Cuando abra la puerta veréis su carpintería."

"Khi ông ấy mở cửa, bạn sẽ thấy những tác phẩm chạm khắc gỗ của ông ấy."

"Por cierto, me alegro de que esté aquí, señor Prokurist".

"Nhân tiện, tôi rất vui vì ông đã đến đây, thưa ông Prokurist."

"Solos no habríamos podido lograr que Gregor abriera la puerta."

"Chỉ riêng chúng ta không thể khiến Gregor mở cửa."

"Es muy terco", le confesó su madre al empleado.

"Thằng bé cứng đầu quá," mẹ nó thú nhận với nhân viên bán hàng.

"Ciertamente está enfermo, aunque antes lo negó".

"Chắc chắn là ông ấy không khỏe, mặc dù trước đó ông ấy đã phủ nhận điều này."

"Estaré allí enseguida", dijo Gregor lentamente y con cuidado.

"Tôi sẽ đến ngay," Gregor nói chậm rãi và cẩn thận.

Pero no hizo ningún movimiento hacia la puerta de la habitación.

Nhưng ông ta không hề có động tĩnh gì về phía cửa phòng.

No quería perderse ni una palabra de la conversación.

Anh ta không muốn bỏ sót một từ nào trong cuộc trò chuyện.

El secretario jefe estuvo de acuerdo con la evaluación de la madre.

Trưởng phòng hành chính đồng ý với nhận định của người mẹ.

-Tampoco puedo explicarlo de otra manera, señora.

"Tôi cũng không thể giải thích theo cách nào khác được, thưa bà."

"Esperemos que no tenga ninguna enfermedad grave", dijo.

"Chúng ta hãy cùng hy vọng anh ấy không mắc bệnh hiểm nghèo," ông nói.

"Por otro lado, es un peligro en nuestra industria".

"Mặt khác, đó lại là một mối nguy hiểm trong ngành của chúng ta."

"Nosotros, los empresarios, a menudo tenemos que superar el malestar."

"Chúng tôi, những người làm kinh doanh, thường phải vượt qua những khó khăn."

"Los profesionales simplemente tienen que aguantar los dolores leves".

"Những người chuyên nghiệp chỉ cần vượt qua những khó khăn nhỏ."

Mientras tanto su padre volvió a llamar a la otra puerta.

Trong khi đó, cha anh ta lại gõ cửa nhà bên kia.

"¿Puede entrar ahora el jefe de oficina?" quiso saber.

"Trưởng phòng có thể vào bây giờ được không?" ông ta muốn biết.

"No, no puede", respondió Gregor a la pregunta de su padre.

"Không, cậu ấy không thể," Gregor trả lời câu hỏi của cha mình.

Un silencio incómodo cayó en la habitación de la izquierda.

Một bầu không khí im lặng khó xử bao trùm căn phòng bên trái.

En la habitación de la derecha la hermana comenzó a sollozar.

Trong căn phòng bên phải, người chị bắt đầu nức nở.

¿Por qué la hermana no se había ido a estar con los demás?

Tại sao người em gái lại không đi cùng những người khác?

Probablemente acababa de levantarse de la cama, pensó.

Anh ta nghĩ, có lẽ cô ấy vừa mới thức dậy.

Es posible que ni siquiera haya empezado a vestirse todavía.

Có lẽ cô ấy còn chưa bắt đầu mặc quần áo.

Pero Gregor no podía entender por qué ella lloraba.

Nhưng Gregor không hiểu tại sao cô ấy lại khóc.

¿Fue porque no se levantó y dejó entrar al gerente?

Có phải vì anh ta không đứng dậy và cho người quản lý vào không?

¿Fue porque estaba en peligro de perder su trabajo?

Có phải vì anh ấy đang có nguy cơ mất việc không?

¿Podría el jefe venir a buscar a los padres como antes?

Liệu ông chủ có thể sẽ gây khó dễ cho phụ huynh như trước
đây không?

¿Iba a volver a hacerles las mismas exigencias de siempre?

Liệu ông ta có định đưa ra những yêu cầu cũ đối với họ một
lần nữa không?

**Estas cosas probablemente no hacían que hubiera que
preocuparse.**

Có lẽ những điều này không cần phải lo lắng.

Por el momento no tenía motivos para llorar.

Hiện tại cô ấy không có lý do gì để khóc.

Gregor todavía estaba allí, manteniendo a la familia.

Gregor vẫn ở đây, chu cấp cho gia đình.

Y nunca tuvo intención de abandonar a la familia.

Và ông ấy chưa bao giờ có ý định rời bỏ gia đình.

**Por el momento, simplemente permaneció tendido sobre la
alfombra.**

Lúc này, anh ta chỉ nằm đó trên thảm.

La familia desconocía la condición en la que se encontraba.

Gia đình không hề biết tình trạng sức khỏe của ông ấy.

Si lo hubieran sabido no habrían animado a su jefe.

Nếu họ biết chuyện, họ đã không khuyến khích sếp của anh
ta.

Ni siquiera habrían dejado entrar al gerente a la casa.

Họ thậm chí còn không cho người quản lý vào nhà.

No habría sido particularmente grosero rechazarlo.

Từ chối cho anh ta vào cũng không phải là hành động quá bất
lịch sự.

**Fácilmente podría haber encontrado una excusa adecuada
más tarde.**

Ông ta hoàn toàn có thể tìm ra một lời bào chữa thích hợp sau
đó.

No era algo por lo que lo hubieran podido despedir.

Đó không phải là lý do khiến anh ta bị sa thải.

**Gregor pensó que ahora sería más sensato que lo dejaran
solo.**

Gregor cảm thấy lúc này nên để anh ta ở một mình thì hợp lý
hơn.

Molestarlo con llantos y conversaciones no sirvió de mucho.
Việc làm phiền anh ấy bằng cách khóc lóc và nói chuyện chẳng mang lại kết quả gì.
Pero fue la incertidumbre lo que molestó a los demás.
Nhưng chính sự không chắc chắn đó mới là điều khiến những người khác lo lắng.
Y fue esta incertidumbre la que justificó su comportamiento.
Và chính sự không chắc chắn này đã biện minh cho hành vi của họ.
—¡Señor Samsa! —gritó el gerente en voz alta.
"Ông Samsa," người quản lý lớn tiếng gọi.
"¿Qué te pasa?" quiso saber.
"Cậu đang gặp chuyện gì vậy?" anh ta muốn biết.
"Te has atrincherado en tu habitación."
"Bạn đã tự nhốt mình trong phòng."
"Solo puedes responder con un 'sí' o un 'no'."
"Bạn chỉ có thể trả lời bằng 'có' hoặc 'không'."
"Estás causando serias preocupaciones a tus padres."
"Con đang khiến bố mẹ con rất lo lắng."
"No veo ninguna buena razón para preocuparlos".
"Tôi không thấy lý do chính đáng nào khiến bạn phải lo lắng cả."
"Hay otra cosa más que mencionaré de paso."
"Còn một điều nữa tôi muốn đề cập đến nhân tiện."
"También estás descuidando tus obligaciones comerciales hacia nosotros".
"Bạn cũng đang sao nhãng trách nhiệm kinh doanh của mình đối với chúng tôi."
"Esa irresponsabilidad está totalmente fuera de tu carácter".
"Thái độ vô trách nhiệm như vậy hoàn toàn không phù hợp với tính cách của bạn."
"Hablo aquí en nombre de tus padres y de tu jefe".
"Tôi phát biểu ở đây thay mặt cho bố mẹ và cấp trên của bạn."
"Y os pido una explicación inmediata y clara."
"Và tôi yêu cầu ông đưa ra lời giải thích rõ ràng và ngay lập tức."
"Todo esto realmente me sorprende, debo decir".

"Phải nói rằng toàn bộ sự việc này thực sự khiến tôi kinh ngạc."

"Pensé que te conocía como una persona tranquila y razonable."

"Tôi cứ tưởng mình biết anh là một người điềm tĩnh và biết suy xét."

"Pero ahora nos estás mostrando un lado diferente de ti".

"Nhưng giờ đây bạn đang cho chúng tôi thấy một khía cạnh khác của bạn."

"De repente estás mostrando tus caprichos tan peculiares."

"Đột nhiên bạn lại thể hiện những sở thích rất kỳ quặc của mình."

"Pero podría haber una explicación para tu fracaso".

"Nhưng có thể có một lời giải thích cho thất bại của bạn."

"El jefe mencionó una deuda que usted había cobrado para nosotros."

"Ông chủ có nhắc đến khoản nợ mà anh đã thu hồi giúp chúng tôi."

"Le di al jefe mi palabra de honor en tu nombre".

"Tôi đã thay mặt bạn và hứa với sếp bằng lời hứa danh dự của mình."

"Pero ahora veo tu incomprensible terquedad."

"Nhưng giờ tôi đã hiểu sự bướng bỉnh khó hiểu của anh."

"Aún podría perder todo mi deseo de ayudarte."

"Tôi có thể sẽ mất hết động lực muốn giúp đỡ bạn."

"Su seguridad laboral no es en absoluto totalmente estable".

"Công việc của bạn không hề đảm bảo an toàn tuyệt đối."

"Originalmente tenía la intención de contarte todo esto en privado".

"Ban đầu tôi định kể cho anh/chị nghe chuyện này riêng."

"Pero ahora veo que quieres que pierda mi tiempo aquí".

"Nhưng giờ tôi thấy anh muốn tôi phí thời gian ở đây."

"Así que no veo ninguna razón por la que tus padres no deberían saberlo."

"Vậy nên tôi thấy không có lý do gì mà bố mẹ bạn lại không nên biết cả."

"Su desempeño reciente no ha sido satisfactorio."

"Kết quả làm việc gần đây của bạn không đạt yêu cầu."
"Reconozco que las ventas son más lentas en esta época del año".
"Tôi thừa nhận rằng doanh số bán hàng thường chậm hơn vào thời điểm này trong năm."
"Pero no hay época del año en que no haya ventas".
"Nhưng không có thời điểm nào trong năm mà không có chương trình giảm giá."
Por un momento Gregor olvidó todo lo que le rodeaba.
Trong khoảnh khắc đó, Gregor quên hết mọi thứ xung quanh.
—¡Pero señor Prokurist! —gritó Gregor desesperado.
"Nhưng thưa ông Prokurist," Gregor kêu lên trong tuyệt vọng.
"Abriré la puerta enseguida, ahora mismo, no te preocupes."
"Tôi sẽ mở cửa ngay lập tức, ngay bây giờ, đừng lo."
"El problema es que me he estado sintiendo bastante mal."
"Vấn đề là dạo này tôi cảm thấy không được khỏe."
"Mi mareo me impidió llegar a la puerta."
"Tôi bị chóng mặt nên không thể ra đến cửa."
"Todavía estoy en cama, pero me siento mucho mejor."
"Tôi vẫn đang nằm trên giường, nhưng tôi cảm thấy khỏe hơn nhiều rồi."
"Un momento por favor, me estoy levantando de la cama."
"Xin chờ một chút, tôi vừa mới ra khỏi giường."
"Un momento de paciencia es todo lo que pido, señor Prokurist."
"Tôi chỉ xin ông Prokurist một chút kiên nhẫn thôi."
"No va tan bien como pensaba, pero estaré bien".
"Mọi chuyện không diễn ra suôn sẻ như tôi nghĩ, nhưng tôi sẽ ổn thôi."
"¿Cómo puede sucederle algo así a una persona tan rápidamente?"
"Sao chuyện như vậy lại có thể xảy ra với một người nhanh đến thế?"
"Me sentí bien anoche, mis padres lo saben."
"Tối qua tôi vẫn khỏe, bố mẹ tôi cũng biết điều đó."
"Pero quizá ya tuve una pequeña premonición entonces."
"Nhưng có lẽ lúc đó tôi đã có linh cảm phần nào rồi."

"Quizás te preguntes por qué no lo reporté en la oficina".
"Bạn có thể hỏi tại sao tôi không báo cáo việc này ở văn phòng."
"Pensé que me sentiría mucho mejor por la mañana".
"Tôi nghĩ mình sẽ cảm thấy khỏe hơn vào sáng mai."
"Uno siempre piensa que para entonces ya habrá superado la enfermedad."
"Ai cũng nghĩ rằng đến lúc đó mình sẽ khỏi bệnh."
"¡Pero por favor! ¡Libera a mis padres de estas acusaciones!"
"Nhưng làm ơn! Xin đừng buộc tội bố mẹ tôi!"
"No me han dicho ni una palabra de lo que me contaste."
"Tôi hoàn toàn không được biết gì về những điều anh đã kể cho tôi."
"Puede que no hayas leído las últimas órdenes que envié".
"Có thể bạn chưa đọc những mệnh lệnh cuối cùng tôi gửi đi."
"Por cierto, no tienes que preocuparte por mí hoy."
"Nhân tiện, hôm nay bạn không cần phải lo lắng cho tôi đâu."
"Aun así voy a tomar el tren de las ocho."
"Tôi vẫn sẽ đi chuyến tàu lúc tám giờ."
"Las pocas horas de descanso me han fortalecido bastante".
"Vài giờ nghỉ ngơi đã giúp tôi hồi phục sức khỏe đủ."
"Realmente no hay necesidad de esperar, gerente."
"Quản lý ơi, anh không cần phải đợi đâu."
"Yo también estaré en la oficina muy pronto."
"Tôi cũng sẽ sớm có mặt tại văn phòng."
"Y por favor, ten la amabilidad de decirme algo bueno".
"Và xin vui lòng nói giúp tôi vài lời tốt đẹp."
Gregor había pronunciado su explicación con bastante precipitación.
Gregor đã giải thích một cách khá vội vàng.
Apenas sabía lo que realmente estaba tratando de decir.
Anh ta hầu như không biết mình thực sự muốn nói điều gì.
Se acercó a la caja y trató de usarla para ponerse de pie.
Anh ta tiến đến chiếc hộp và cố gắng dùng nó để đứng dậy.
Realmente tenía toda la intención de abrir la puerta.
Anh ấy thực sự có ý định mở cửa.
Quería ser visto por el representante autorizado.

Ông ấy muốn được gặp người đại diện có thẩm quyền.
Y quería resolver el problema con él personalmente.
Và ông ấy muốn trực tiếp giải quyết vấn đề với người đó.
Estaba ansioso por saber cómo reaccionarían los demás ante él.
Anh ta rất muốn biết những người khác sẽ phản ứng thế nào với mình.
Ya deben estar ansiosos por ver cómo está.
Chắc hẳn giờ đây họ cũng đang rất muốn biết tình hình của anh ấy thế nào.
Había dos formas posibles en las que podían reaccionar ante él.
Có hai cách mà họ có thể phản ứng với anh ta.
Una posibilidad era que estuvieran asustados.
Một khả năng là họ sẽ sợ hãi.
Si estaban asustados entonces él no tenía ninguna responsabilidad.
Nếu họ sợ hãi thì anh ta không có trách nhiệm gì.
Y entonces no tendría que preocuparse por la situación.
Và như vậy anh ấy sẽ không cần phải lo lắng về tình hình nữa.
Pero también había otra posibilidad en la que pensar.
Nhưng cũng có một khả năng khác cần xem xét.
Quizás aceptarían con calma su forma de ser.
Có lẽ họ sẽ bình tĩnh chấp nhận con người anh ấy.
Entonces Gregor tampoco tendría motivos para enojarse.
Khi đó Gregor cũng sẽ không có lý do gì để tức giận.
Todavía habría tiempo suficiente para coger el tren.
Vẫn còn đủ thời gian để bắt chuyến tàu.
Sin embargo, mantenerse en pie no fue una tarea fácil.
Tuy nhiên, đứng thẳng người không phải là một việc dễ dàng.
En sus primeros intentos se resbaló de la caja.
Trong vài lần thử đầu tiên, anh ta đã trượt khỏi chiếc hộp.
La caja era demasiado lisa para que él pudiera apoyarse contra ella.
Chiếc hộp quá trơn nhẵn nên anh ta không thể dựa vào được.
Y finalmente se dio un último empujón para ponerse de pie.
Và cuối cùng, anh ấy tự mình gắng sức lần cuối để đứng dậy.

Ya no le prestó más atención al dolor en su abdomen.

Anh ta không còn để ý đến cơn đau ở bụng nữa.

No importaba cuánto dolor sintiera, él lo superaría.

Dù đau đớn đến mấy, anh ấy cũng sẽ vượt qua.

Se dejó caer contra el respaldo de una silla cercana.

Anh ta thả mình dựa vào lưng chiếc ghế gần đó.

Y se agarró a los bordes con sus pequeñas piernas.

Và cậu bé bám vào mép bằng đôi chân nhỏ xíu của mình.

En ese momento ya tenía más control de sí mismo.

Lúc này, anh ta đã kiểm soát được bản thân tốt hơn.

Y su caída fue más silenciosa que la anterior.

Và sự sụp đổ của ông ta diễn ra lặng lẽ hơn lần trước.

Porque tenía que escuchar lo que decía el gerente.

Vì anh ta phải nghe theo lời người quản lý.

¿Entendieron algo de eso?, preguntó a los padres.

"Các bậc phụ huynh có hiểu gì trong số đó không?" anh ta hỏi.

"No se burlaría de nosotros, ¿verdad?"

"Anh ấy sẽ không biến chúng ta thành trò cười, phải không?"

—¡Por Dios! —gritó la madre, ya llorando.

"Vì Chúa!" người mẹ vừa khóc vừa kêu lên.

"Puede que esté gravemente enfermo y lo estamos
atormentando".

"Có thể anh ấy đang bị bệnh nặng và chúng ta đang hành hạ
anh ấy."

"¡Grete! ¡Grete!", le gritó a la hija.

"Grete! Grete!" bà hét lên với con gái.

"¿Mamá?" llamó la hermana desde el otro lado.

"Mẹ ơi?" người chị gọi từ phía bên kia.

Luego se comunicaron a través de la habitación de Gregor.

Sau đó, họ liên lạc với nhau thông qua phòng của Gregor.

Gregor está muy enfermo y necesita medicamentos.

"Gregor đang rất ốm và cần phải uống thuốc."

"Tendrás que ir al médico inmediatamente."

"Bạn phải đến gặp bác sĩ ngay lập tức."

¿Escuchaste cómo habló Gregor hace un momento?

"Cậu có nghe cách Gregor nói chuyện lúc nãy không?"

"Esa era la voz de un animal", dijo el gerente.

"Đó là tiếng của một con vật," người quản lý nói.

Sus palabras eran silenciosas comparadas con los gritos de la madre.

Lời nói của anh ta nhỏ nhẹ hơn nhiều so với tiếng hét của người mẹ.

—¡Anna! ¡Anna! —llamó el padre desde la antesala.

"Anna! Anna!" người cha gọi vọng qua phòng chờ.

Y aplaudió para llamar su atención.

Và ông vỗ tay để thu hút sự chú ý của họ.

"¡Llama a un cerrajero inmediatamente!" le ordenó a la criada.

"Gọi ngay thợ khóa!" ông ta ra lệnh cho người hầu gái.

Las muchachas, con sus faldas, corrían por la antesala.

Các cô gái, trong những chiếc váy ngắn, chạy vụt qua tiền sảnh.

Y sus faldas crujieron mientras corrían frente a su habitación.

Và váy của họ sột soạt khi họ chạy ngang qua phòng anh ta.

"¿Cómo se vistió la hermana tan rápido?" pensó.

"Sao cô em gái lại thay đồ nhanh thế?" anh ta nghĩ.

La puerta se abrió de golpe, pero no se cerró de golpe.

Cánh cửa bị giật tung ra, nhưng không bị đóng sầm lại.

Esto es común en los hogares donde ocurre una gran desgracia.

Điều này thường xảy ra ở những gia đình gặp phải tai họa lớn.

Pero todo esto había hecho que Gregor se volviera mucho más tranquilo.

Nhưng tất cả những điều này đã khiến Gregor trở nên bình tĩnh hơn nhiều.

Cuando escuchó sus propias palabras le parecieron claras.

Khi nghe lại chính những lời mình nói, anh ta thấy chúng thật rõ ràng.

De hecho, sintió que sus palabras habían sido más claras.

Thực tế, ông cảm thấy lời nói của mình đã rõ ràng hơn.

Pero los demás ya no entendían lo que decía.

Nhưng những người khác không còn hiểu những gì anh ta đang nói nữa.

Quizás ya se había acostumbrado a sus oídos.
Có lẽ đến lúc này anh ta đã quen với đôi tai của mình rồi.
Pero al menos ahora entendían mejor su situación.
Nhưng ít nhất giờ họ đã hiểu rõ hơn tình cảnh của anh ấy.
Se dieron cuenta de que realmente había algo mal con él.
Họ nhận ra rằng thực sự có điều gì đó không ổn với anh ta.
Y ahora estaban haciendo todo lo que podían para ayudarlo.
Và lúc đó họ đang làm tất cả những gì có thể để giúp đỡ anh
ấy.
**Esto le dio a Gregor una sensación de confianza que le
faltaba.**
Điều này mang lại cho Gregor cảm giác tự tin mà anh ấy đã
thiếu bấy lâu nay.
Y se sintió nuevamente mucho más seguro en la familia.
Và anh ấy lại cảm thấy an toàn hơn nhiều khi ở trong gia đình.
Se sintió incluido nuevamente en el círculo humano.
Ông cảm thấy mình lại được hòa nhập vào vòng tròn nhân
loại.
**Ahora tenía que esperar que el cerrajero pudiera abrir la
puerta.**
Giờ anh ta chỉ còn biết hy vọng người thợ khóa có thể mở
được cửa.
Y esperaba que el médico pudiera realizar tales tareas.
Và ông hy vọng vị bác sĩ có thể thực hiện được những nhiệm
vụ đó.
Pronto tendría que hablar más.
Sớm muộn gì anh ta cũng sẽ phải nói chuyện nhiều hơn nữa.
Su voz tendría que ser lo más clara posible.
Giọng nói của anh ta phải thật rõ ràng.
Para prepararse para la reunión se aclaró la garganta.
Để chuẩn bị cho cuộc họp, anh ta hắng giọng.
**Sin embargo, hizo todo lo posible para toser muy
silenciosamente.**
Tuy nhiên, ông ấy cố gắng hết sức để ho thật khẽ.
El ruido podría haber sonado diferente a una tos humana.
Âm thanh đó có thể khác với tiếng ho của con người.
Sabía que ya no podía diferenciar esas cosas.

Ông biết rằng mình không còn phân biệt được những điều đó
nữa.

En la habitación contigua reinaba un silencio absoluto.

Ở phòng bên cạnh, mọi thứ bỗng trở nên hoàn toàn yên tĩnh.

Los padres probablemente estaban sentados a la mesa.

Có lẽ bố mẹ đang ngồi ở bàn ăn.

Quizás estaban susurrando con el gerente.

Có thể họ đã thì thầm với người quản lý.

Quizás todos estaban apoyados en la puerta y escuchando.

Có lẽ mọi người đều đang dựa vào cửa và lắng nghe.

Gregor empujó lentamente la silla hacia la puerta.

Gregor từ từ đẩy chiếc ghế về phía cửa.

Empujó la puerta y se mantuvo en pie.

Anh ta đẩy mạnh cánh cửa và giữ thăng bằng.

**Se enteró de que las almohadillas de sus pies tenían un poco
de pegamento.**

Anh ấy phát hiện ra rằng lòng bàn chân mình có một chút chất
keo.

Y descansó allí un momento del esfuerzo.

Và ông nghỉ ngơi ở đó một lát để lấy lại sức.

**Después de descansar lo suficiente, comenzó con la
siguiente tarea.**

Sau khi nghỉ ngơi đủ, anh ấy bắt đầu công việc tiếp theo.

Empezó a girar la llave en la cerradura con la boca.

Anh ta bắt đầu dùng miệng xoay chìa khóa trong ổ khóa.

Desafortunadamente, parecía que no tenía dientes reales.

Thật không may, dường như anh ta không có răng thật.

¿Pero qué otra forma tenía de conseguir las llaves?

Nhưng hắn còn cách nào khác để lấy được chìa khóa?

**Afortunadamente para él, sus mandíbulas eran, por
supuesto, muy fuertes.**

May mắn thay, hàm của anh ta rất khỏe.

**Con la ayuda de sus mandíbulas realmente consiguió mover
la llave.**

Nhờ hàm răng sắc nhọn, anh ta đã xoay được chiếc chìa khóa.

**No tenía ninguna duda de que él también se estaba haciendo
daño.**

Anh ta không hề nghi ngờ rằng mình cũng đang tự gây hại cho chính mình.

Porque de su boca salía un líquido marrón.

Vì có chất lỏng màu nâu chảy ra từ miệng anh ta.

El líquido marrón fluyó sobre la llave y por la puerta.

Chất lỏng màu nâu chảy tràn qua chìa khóa và xuống cánh cửa.

Pero a Gregorio no le importaba hacerse daño a sí mismo.

Nhưng Gregor không quan tâm đến việc mình đang tự làm hại bản thân.

"¿Puedes oír eso?" dijo el gerente en la habitación de al lado.

"Anh có nghe thấy không?" người quản lý ở phòng bên cạnh hỏi.

"Está girando la llave", había notado el gerente.

"Anh ta đang vặn chìa khóa," người quản lý nhận thấy.

Estas palabras fueron un gran estímulo para Gregor.

Những lời này là nguồn động viên lớn lao đối với Gregor.

Pero el padre y la madre también deberían haber gritado:

Nhưng cha mẹ cũng nên lên tiếng:

«¡Bien, Gregor!», deberían haberle gritado.

"Tốt lắm, Gregor," lẽ ra họ nên hét lên với cậu ấy.

"Sigue adelante, sigue girando esa llave, puedes lograrlo".

"Cứ tiếp tục, cứ vặn chìa khóa, bạn làm được mà."

Pero Gregor tuvo que imaginarse su emoción.

Nhưng thay vào đó, Gregor phải tưởng tượng ra sự phấn khích của họ.

Apretó las mandíbulas con toda la fuerza que tenía.

Anh ta nghiến chặt hàm bằng tất cả sức lực mình có.

Y continuó girando la llave en la cerradura.

Và anh ta tiếp tục xoay chìa khóa trong ổ khóa.

Dolorosamente su cuerpo se retorció en un círculo.

Thân thể anh ta quằn quại đau đớn thành một vòng tròn.

Ahora se mantenía erguido únicamente con la boca.

Lúc này, anh ta chỉ có thể giữ thăng bằng bằng miệng.

Para seguir girando la llave presionó contra la puerta.

Anh ta ấn mạnh chìa khóa vào cửa để tiếp tục vặn.

Finalmente el chasquido de la cerradura despertó de nuevo a Gregor.

Cuối cùng, tiếng khóa cửa bật ra đã đánh thức Gregor dậy.

"Así que no necesité al cerrajero", suspiró aliviado.

"Vậy là tôi không cần gọi thợ khóa nữa," anh thở phào nhẹ nhõm.

Ahora sólo faltaba abrir la puerta que había desbloqueado.

Giờ anh ta chỉ cần mở cánh cửa mà anh ta đã mở khóa.

Y con la cabeza en el pomo abrió la puerta.

Và anh ta tựa đầu vào tay nắm cửa rồi mở cửa ra.

Estaba detrás de la puerta que daba a su habitación.

Anh ta đứng sau cánh cửa dẫn vào phòng mình.

Así que la puerta ya estaba abierta antes de que pudiera ser visto.

Vậy là cánh cửa đã mở sẵn trước khi người ta kịp nhìn thấy anh ta.

A continuación tuvo que maniobrar para rodear la puerta.

Tiếp theo, anh ta phải khéo léo luồn lách qua cánh cửa.

Este difícil movimiento también requirió mucho esfuerzo.

Động tác khó khăn này cũng đòi hỏi rất nhiều nỗ lực.

No quería caer torpemente en la habitación contigua.

Anh ta không muốn ngã một cách vụng về sang phòng bên cạnh.

Así que no tuvo tiempo de prestar atención a nada más.

Vì vậy, anh ta không có thời gian để chú ý đến bất cứ điều gì khác.

Pero entonces oyó al jefe de oficina exclamar en voz alta: "¡Oh!".

Nhưng rồi ông nghe thấy viên thư ký trưởng thốt lên một tiếng "Ồ!" thật lớn.

Sonaba como si el viento corriera a través de la casa.

Nghe như tiếng gió đang ào ào thổi qua nhà.

Resultó que él era el que estaba más cerca de la puerta.

Anh ta tình cờ là người đứng gần cửa nhất.

Y al verlo, se llevó la mano a la boca.

Và giờ, khi nhìn thấy anh ta, anh ta liền lấy tay che miệng.

Se movió lentamente hacia atrás, alejándose de Gregor.

Anh ta từ từ lùi lại, tránh xa Gregor.

Pero era como si una fuerza invisible actuara sobre él.

Nhưng dường như có một sức mạnh vô hình đang tác động lên anh ta.

Lo primero que hizo la madre fue mirar al padre.

Việc đầu tiên người mẹ làm là nhìn người cha.

A pesar de la presencia del gerente, su cabello estaba despeinado.

Mặc dù có sự hiện diện của người quản lý, tóc cô ấy vẫn rối bù.

Desplegó los brazos y dio dos pasos hacia adelante.

Cô buông tay ra và bước hai bước về phía trước.

Pero entonces se desplomó en medio de su falda.

Nhưng rồi cô ấy gục xuống giữa chừng, váy áo rối bời.

Su vestido se extendió a su alrededor en el suelo.

Chiếc váy của cô trải rộng ra khắp sàn nhà.

Y su cabeza desapareció sobre sus propios pechos.

Và đầu cô ấy chìm xuống ngực mình.

El padre apretó el puño con expresión hostil.

Người cha siết chặt nắm tay với vẻ mặt đầy thù địch.

Parecía querer que Gregor fuera empujado de nuevo a su habitación.

Hắn ta có vẻ muốn đẩy Gregor trở lại phòng của mình.

Luego miró con incertidumbre alrededor de la sala de estar.

Sau đó, anh ta nhìn quanh phòng khách với vẻ không chắc chắn.

Y finalmente se cubrió los ojos entre las manos.

Và cuối cùng, ông lấy tay che mắt lại.

Y lloró amargamente hasta que su poderoso pecho se estremeció.

Và ông khóc nức nở cho đến khi lồng ngực vạm vỡ của ông rung lên.

Gregor en realidad no entró en su habitación.

Thực tế thì Gregor hoàn toàn không vào phòng họ.

En lugar de eso, se apoyó contra el marco de la puerta.

Thay vào đó, anh ta tựa người vào khung cửa.

Para los que estaban desde fuera solo era visible la mitad de su cuerpo.

Chỉ có một nửa thân thể của anh ta là có thể nhìn thấy được đối với những người bên ngoài.

Y encima de su cuerpo estaba su cabeza, inclinada hacia un lado.

Và trên thân thể ông ta là cái đầu, nghiêng sang một bên.

Para entonces la luz se había vuelto mucho más brillante que antes.

Lúc này ánh sáng đã trở nên rực rỡ hơn nhiều so với trước.

Ahora se podía ver claramente el otro lado de la calle.

Giờ đây, người ta có thể nhìn rõ phía bên kia đường.

Apareció una sección del interminable y gris hospital.

Một phần của bệnh viện xám xịt, trải dài vô tận hiện ra.

La lluvia de la mañana aún no había parado del todo de caer.

Cơn mưa sáng vẫn chưa dứt hẳn.

Pero ahora las gotas de lluvia eran más grandes y estaban más separadas.

Nhưng giờ đây những giọt mưa đã lớn hơn và cách xa nhau hơn.

Los platos del desayuno estaban en abundancia en la mesa.

Các món ăn sáng được bày biện đầy ắp trên bàn.

El padre pensaba que el desayuno era la comida más importante.

Người cha cho rằng bữa sáng là bữa ăn quan trọng nhất.

El desayuno era una comida que se prolongaba durante horas.

Bữa sáng là một bữa ăn mà anh ấy thường kéo dài hàng giờ liền.

Y en esas horas leía los distintos periódicos.

Và trong những giờ đó, ông đọc nhiều tờ báo khác nhau.

Justo en la pared opuesta colgaba una fotografía de Gregor.

Ngay trên bức tường đối diện treo một bức ảnh của Gregor.

La fotografía en la pared lo mostraba como teniente.

Bức ảnh trên tường cho thấy ông ấy đang giữ chức trung úy.

Era una fotografía de su época en el ejército.

Đó là bức ảnh chụp trong thời gian ông ấy phục vụ trong
quân đội.

**Su mano estaba sobre su espada y tenía una sonrisa
despreocupada.**

Tay anh ta đặt trên thanh kiếm, và anh ta nở một nụ cười vô
tư.

Su postura y su uniforme exigían cierto respeto.

Dáng vẻ và bộ đồng phục của ông ấy toát lên một vẻ kính
trọng nhất định.

**La otra puerta que conducía a la antesala también estaba
abierta.**

Cánh cửa còn lại dẫn vào phòng chờ cũng đang mở.

Y la puerta del apartamento todavía estaba abierta también.

Và cánh cửa vào căn hộ vẫn còn mở.

Se podía ver hasta el patio delantero del apartamento.

Từ đây có thể nhìn thấy tận sân trước của khu chung cư.

Y luego las escaleras conducían a la calle de abajo.

Và rồi cầu thang dẫn xuống con phố bên dưới.

Gregor fue el único que mantuvo la compostura.

Gregor là người duy nhất giữ được bình tĩnh.

**Él vio esto, por lo que la conversación era su
responsabilidad.**

Anh ấy đã chứng kiến điều này, vì vậy cuộc trò chuyện là
trách nhiệm của anh ấy.

"Bueno, ahora me voy a vestir para ir a trabajar", dijo.

"Giờ tôi sẽ thay đồ đi làm," anh ấy nói.

**"Después de haber empaquetado las muestras textiles, me
iré."**

"Sau khi đóng gói xong các mẫu vải, tôi sẽ rời đi."

"¿Aún tiene intención de dispararme, señor Prokurist?"

"Ông vẫn định sa thải tôi sao, thưa ông công tố viên?"

"Como puedes ver, no soy tan terco como pensabas."

"Như bạn thấy đấy, tôi không cứng đầu như bạn tưởng."

"Y puedes ver que después de todo me gusta trabajar".

"Và bạn có thể thấy rằng cuối cùng thì tôi vẫn thích làm việc."

"Puedo admitir que viajar por trabajo no es fácil".

"Tôi phải thừa nhận rằng việc đi công tác không hề dễ dàng."

"Pero también puedo aceptar que es parte de mi trabajo".
"Nhưng tôi cũng có thể chấp nhận rằng đó là một phần công việc của mình."
"Gerente, ¿adónde va? ¿De vuelta a la oficina?"
"Quản lý ơi, anh đi đâu vậy? Về văn phòng à?"
"¿Informarás verazmente de todo lo que has visto?"
"Bạn sẽ tường thuật lại một cách trung thực tất cả những gì bạn đã thấy chứ?"
"A veces sucede que uno no puede ir a trabajar."
"Đôi khi, người ta không thể đi làm được."
"Este es el momento adecuado para recordar los logros pasados".
"Đây là thời điểm thích hợp để nhớ lại những thành tựu trong quá khứ."
"Después de eliminar la dificultad, uno trabaja aún mejor."
"Sau khi loại bỏ khó khăn, người ta sẽ làm việc hiệu quả hơn."
"Mi diligencia y concentración aumentarán".
"Sự siêng năng và khả năng tập trung của tôi sẽ được nâng cao."
"Sabes muy bien que estoy en deuda con el jefe."
"Anh biết rất rõ là tôi mang ơn sếp."
"Pero también estoy preocupada por mis padres y mi hermana".
"Nhưng tôi cũng lo lắng cho bố mẹ và em gái mình."
"Estoy en una situación difícil, pero encontraré la manera de salir de ella".
"Tôi đang gặp khó khăn, nhưng tôi sẽ tìm cách vượt qua."
"No hagas esto más difícil de lo que ya es."
"Đừng làm cho mọi việc khó khăn hơn nữa."
"Como compañeros de trabajo también tenemos que ayudarnos unos a otros".
"Là đồng nghiệp, chúng ta cũng phải giúp đỡ lẫn nhau."
"Sé que a los trabajadores de oficina no les gustan los viajeros".
"Tôi biết các nhân viên văn phòng không thích khách du lịch."
"¿Crees que ganamos una fortuna y llevamos una buena vida?"

"Bạn nghĩ chúng tôi kiếm được rất nhiều tiền và sống cuộc sống sung túc sao?"
"No tienen ningún motivo real para considerar sus prejuicios".
"Họ không có lý do thực sự nào để cân nhắc đến định kiến của mình."
"Pero usted, oficial autorizado, tiene un papel diferente."
"Nhưng với tư cách là sĩ quan có thẩm quyền, anh/chị có vai trò khác."
"Tienes una mejor visión general que el resto del personal".
"Bạn có cái nhìn tổng quan tốt hơn các nhân viên khác."
"De hecho, creo que probablemente tengas la mejor visión general".
"Thực ra tôi nghĩ bạn có cái nhìn tổng quan tốt nhất."
"Tienes una visión mejor que el propio jefe".
"Bạn nắm rõ tình hình hơn cả sếp."
"Admito que el jefe hace el trabajo empresarial".
"Tôi thừa nhận sếp là người trực tiếp điều hành công việc kinh doanh."
"Pero es fácil que sus juicios sean erróneos."
"Nhưng phán đoán của ông ấy rất dễ bị sai lệch."
"Y estos pequeños errores de juicio pueden ser en nuestro detrimento".
"Và những sai sót nhỏ trong phán đoán này có thể gây bất lợi cho chúng ta."
"Ya sabes lo fácil que es hablar del viajero."
"Bạn biết đấy, nói về người đi du lịch thì dễ lắm."
"Él no está allí para defender su reputación de los chismes".
"Anh ấy không có mặt ở đó để bảo vệ danh tiếng của mình khỏi những lời đồn thổi."
"Esas acusaciones pueden fácilmente ser meras coincidencias".
"Những lời buộc tội này rất có thể chỉ là sự trùng hợp ngẫu nhiên."
"Muchas quejas ni siquiera tienen su base en ninguna verdad."

"Nhiều lời phàn nàn thậm chí không dựa trên bất kỳ sự thật nào."
"Está fuera de la oficina casi todo el año."
"Ông ấy hầu như vắng mặt ở văn phòng cả năm."
¿Qué posibilidades tiene de defender su propia reputación?
"Anh ta có cơ hội nào để bảo vệ danh tiếng của mình chứ?"
"Ni siquiera se entera de las acusaciones".
"Ông ta thậm chí còn không được nghe về những lời buộc tội."
"Se entera de lo que se ha dicho cuando ya es demasiado tarde."
"Anh ta chỉ biết được những gì đã được nói khi đã quá muộn."
A estas alturas ya está exhausto por el viaje del día.
"Đến lúc đó, anh ấy đã kiệt sức sau một ngày dài di chuyển."
"De todos modos, tendrá que experimentar las terribles consecuencias".
"Dù sao thì anh ta cũng phải gánh chịu những hậu quả khủng khiếp đó."
"Aunque no tiene forma de entender el problema."
"Mặc dù anh ta không có cách nào để hiểu được vấn đề."
"Oh, gerente, no se vaya sin decirme una palabra".
"Thưa quản lý, đừng rời đi mà không nói lời nào với tôi nhé."
"Al menos dime que estás de acuerdo conmigo en parte."
"Ít nhất hãy nói rằng bạn đồng ý với tôi một phần."
Pero el manager se había alejado de Gregor mucho antes.
Nhưng người quản lý đã quay lưng với Gregor từ rất lâu trước đó.
Su hombro se contrajo cuando volvió a mirar a Gregor.
Vai anh ta giật nhẹ khi quay lại nhìn Gregor.
Y no se quedó quieto ni un solo momento durante su discurso.
Và ông ấy không hề đứng yên một giây nào trong suốt bài phát biểu.
Él había mirado a Gregor con los labios fruncidos.
Anh ta ngoảnh lại nhìn Gregor với đôi môi mím chặt.
Se había ido retirando gradualmente hacia la puerta.
Ông ta đã từ từ lùi về phía cửa.
Pero tampoco podía apartar la mirada de Gregor.

Nhưng anh ta cũng không thể rời mắt khỏi Gregor.

Sintió como si hubiera una prohibición secreta de salir de la habitación.

Anh ta cảm thấy như có một lệnh cấm ngầm ngăn cản việc rời khỏi phòng.

Pero a estas alturas ya estaba en el vestíbulo de entrada.

Nhưng đến lúc này, ông ta đã ở trong sảnh chính rồi.

Y ahora hizo un movimiento repentino hacia la salida.

Và lúc này, anh ta đột ngột tiến về phía lối ra.

Extendió su mano derecha hacia las escaleras.

Anh ta vươn tay phải về phía cầu thang.

Quizás una fuerza sobrenatural estaba esperando para salvarlo.

Có lẽ một thế lực siêu nhiên nào đó đang chờ đợi để cứu anh ta.

Gregor sabía que no podía permitir que se fuera así.

Gregor biết mình không thể để cậu ấy ra đi như thế này.

El gerente no debe regresar con el mismo humor en el que estaba.

Người quản lý không được quay lại với tâm trạng như lúc trước.

La seguridad del trabajo de Gregor estaba en grave peligro.

Công việc của Gregor đang bị đe dọa nghiêm trọng.

Los padres no podían comprender plenamente todo esto.

Cha mẹ không thể hiểu hết mọi chuyện.

Con los años se habían acostumbrado a su seguridad laboral.

Qua nhiều năm, họ đã quen với việc công việc của anh ấy không có bảo hiểm.

Y se convencieron de que tenía el trabajo de por vida.

Và họ đã tin chắc rằng ông ấy sẽ giữ công việc đó suốt đời.

En lugar de eso, se habían ocupado de otras preocupaciones.

Thay vào đó, họ lại bận rộn với nhiều mối lo khác.

Pero estas preocupaciones les hicieron perder toda previsión.

Nhưng những mối lo ngại này đã khiến họ mất hết tầm nhìn xa.

Gregor, sin embargo, no había perdido la previsión paterna.

Tuy nhiên, Gregor vẫn không đánh mất tầm nhìn xa của người cha.

Alguien tenía que detener al representante autorizado.
Ai đó đã phải ngăn cản người đại diện được ủy quyền.

Iba a tener que calmarlo y convencerlo.
Anh ta sẽ phải trấn an và thuyết phục cậu ấy.

¡El futuro de Gregor y su familia dependía de ello!
Tương lai của Gregor và gia đình anh ấy phụ thuộc vào điều đó!

Ojalá la inteligente hermana hubiera estado allí para ayudar.
Giá mà người chị thông minh ấy có mặt ở đây để giúp đỡ.

Ella ya había llorado cuando Gregor todavía estaba en su habitación.
Cô ấy đã khóc khi Gregor vẫn còn ở trong phòng.

En ese momento él simplemente yacía tranquilamente boca arriba.
Lúc đó, anh ta chỉ nằm yên lặng trên lưng.

Ella ya sabía entonces la importancia de la situación.
Lúc đó, cô ấy đã nhận thức được tầm quan trọng của tình hình.

El gerente tenía una debilidad bien conocida por las mujeres.
Người quản lý này nổi tiếng là có tình cảm đặc biệt dành cho phụ nữ.

Ella fácilmente podría haberlo persuadido para que se quedara más tiempo.
Cô ấy hoàn toàn có thể thuyết phục anh ta ở lại lâu hơn.

Ella habría cerrado la puerta y lo habría guiado adentro.
Cô ấy sẽ đóng cửa lại và dẫn anh ta vào trong.

Pero desafortunadamente la hermana había ido a buscar un médico.
Nhưng không may là người chị đã đi tìm bác sĩ.

Así que Gregor no tuvo más remedio que hacerlo él mismo.
Do đó, Gregor không còn lựa chọn nào khác ngoài tự mình làm điều đó.

No había considerado cuáles eran realmente sus habilidades.
Anh ta chưa từng nghĩ đến khả năng thực sự của mình là gì.

Y se había olvidado de desconfiar de su capacidad de hablar.
Và anh ta đã quên mất việc nghi ngờ khả năng nói năng của mình.
Pero aún así, abandonó la seguridad de su habitación.
Tuy vậy, anh ta vẫn rời khỏi sự an toàn của căn phòng mình.
Y se abrió paso a través de la abertura de la habitación.
Và anh ta chen mình qua khe cửa phòng.
El gerente ya estaba bajando las escaleras.
Người quản lý đã đang đi xuống cầu thang.
Pero él se agarraba a la barandilla con ambas manos.
Nhưng anh ta bám chặt vào lan can bằng cả hai tay.
Gregor se cayó mientras intentaba atravesar la puerta.
Gregor ngã khi cố gắng chen qua cánh cửa.
Dejó escapar un pequeño grito mientras trataba de agarrar algo para apoyarse.
Anh ta khẽ hét lên khi với tay tìm điểm tựa.
Pero en lugar de pánico, sintió un bienestar físico.
Nhưng thay vì hoảng sợ, anh ấy lại cảm thấy khỏe khoắn về thể chất.
Por primera vez esa mañana algo se sintió bien.
Lần đầu tiên sáng hôm đó, tôi cảm thấy mọi thứ đều ổn.
Todas sus piernas ahora tenían tierra sólida debajo de ellas.
Giờ đây, cả hai chân của anh ta đều đã chạm đất vững chắc.
Se sorprendió de lo bien que podía controlar sus piernas.
Anh ấy ngạc nhiên vì khả năng điều khiển đôi chân của mình tốt đến vậy.
Se alegró de notar que sus piernas le obedecían completamente.
Anh ta vui mừng nhận thấy đôi chân của mình hoàn toàn nghe lời.
De hecho, sus piernas lo llevaban a donde quería.
Thực tế, đôi chân đã đưa anh ta đến bất cứ nơi nào anh ta muốn.
Pronto todas sus penas estaban destinadas a llegar a su fin.
Chẳng bao lâu nữa, mọi nỗi buồn của anh ta sẽ chấm dứt.
Pero en ese mismo momento su propia madre saltó.
Nhưng đúng lúc đó, mẹ anh ta bật dậy.

Sus brazos estaban extendidos y sus dedos separados.
Hai cánh tay cô dang rộng, các ngón tay xòe ra.
Y ella gritó: "¡Socorro! ¡Por el amor de Dios, que alguien ayude!"
Và bà ấy kêu lên, "Cứu với, vì Chúa, ai đó hãy giúp tôi!"
Ella inclinó la cabeza; quería ver mejor a Gregor.
Cô nghiêng đầu; cô muốn nhìn Gregor rõ hơn.
Pero en contraposición a la primera acción, ella corrió hacia atrás.
Nhưng trái ngược với hành động đầu tiên, cô ấy đã chạy ngược trở lại.
Se había olvidado que la mesa estaba puesta detrás de ella.
Cô ấy đã quên mất rằng bàn ăn đã được dọn sẵn phía sau lưng mình.
Todos los elementos para el desayuno todavía estaban en la mesa.
Mọi thứ cho bữa sáng vẫn còn nguyên trên bàn.
Se sentó apresuradamente en la mesa, como distraída.
Cô ấy vội vàng ngồi xuống bàn, vẻ mặt như đang mất tập trung.
Y ella no pareció darse cuenta del café derramado.
Và cô ấy dường như không để ý đến ly cà phê bị đổ.
El café que ahora estaba empapando la alfombra.
Cà phê giờ đã ngấm vào thảm.
—Mamá, madre —dijo Gregor suavemente, mirándola.
"Mẹ ơi, mẹ ơi," Gregor khẽ nói, ngước nhìn bà.
Por el momento el manager no era importante para él.
Hiện tại, người quản lý không quan trọng đối với anh ta.
Pero también estaba el café goteando sobre la alfombra.
Nhưng ngoài ra còn có vết cà phê nhỏ giọt xuống thảm.
Gregor no pudo resistirse a chasquear las mandíbulas al tomar el café.
Gregor không thể cưỡng lại việc ngậm chặt hàm vào cốc cà phê.
La madre comenzó a llorar nuevamente por su comportamiento.
Người mẹ lại bắt đầu khóc vì hành vi của con trai.

Ella saltó de la mesa para distanciarse de él.

Cô nhảy khỏi bàn để tránh xa anh ta.

Y ella corrió a los brazos del padre, buscando seguridad.

Và cô bé chạy vào vòng tay của người cha để tìm kiếm sự an toàn.

Pero Gregor ya no tenía tiempo que perder con sus padres.

Nhưng lúc này Gregor không còn thời gian để dành cho cha mẹ mình nữa.

El oficial autorizado ya estaba en las escaleras.

Viên chức có thẩm quyền đã có mặt trên cầu thang.

Apoyó la barbilla en la barandilla para mirar dentro de la casa.

Anh ta tựa cằm lên lan can để nhìn vào trong nhà.

Al parecer quería echar un último vistazo al espectáculo.

Có vẻ như ông ta muốn ngắm nhìn cảnh tượng đó lần cuối.

Y Gregor hizo un último esfuerzo para llegar hasta el gerente.

Và Gregor đã nỗ lực lần cuối để liên lạc với người quản lý.

Corrió hacia la puerta tan seguro como pudo.

Anh ta chạy về phía cửa một cách an toàn nhất có thể.

Pero el jefe de oficina debía de sospechar algo.

Nhưng vị thư ký trưởng chắc hẳn đã nghi ngờ điều gì đó.

Porque saltó varios escalones y desapareció.

Vì anh ta nhảy xuống vài bậc cầu thang rồi biến mất.

—¡Huh! —gritó Gregor, resonando en la escalera.

"Hừ!" Gregor hét lên, tiếng vang vọng khắp cầu thang.

La fuga del gerente también pareció confundir a su padre.

Việc người quản lý bỏ trốn dường như cũng khiến cha anh ta bối rối.

Hasta entonces había conseguido mantener la compostura.

Cho đến lúc đó, anh ta vẫn giữ được vẻ bình tĩnh.

Pero desgraciadamente él también perdió la compostura que había tenido.

Nhưng thật không may, chính ông ta cũng đánh mất sự điềm tĩnh mà mình từng có.

Lo que debería haber hecho es ayudar a Gregor en su persecución.

Điều đáng lẽ anh ta nên làm là giúp Gregor trong cuộc truy đuổi của anh ta.

Pero con una mano agarró el bastón del gerente.

Nhưng, ông ta đã chộp lấy cây gậy chống của người quản lý bằng một tay.

Y en la otra mano sostenía ahora un periódico.

Và tay kia thì đang cầm một tờ báo.

Y ahora estorbó directamente a Gregor en su persecución.

Và giờ đây, hắn đã trực tiếp cản trở Gregor trong cuộc truy đuổi của anh ta.

Se había colocado entre Gregor y la calle.

Anh ta đã đứng chắn giữa Gregor và con phố.

Golpeó el suelo con los pies y agitó el palo y el periódico.

Ông ta dậm chân, vẫy cây gậy và tờ báo.

Y él estaba forzando activamente a Gregor a regresar a su habitación.

Và ông ta tích cực ép Gregor quay trở lại phòng.

Ninguna de las peticiones que Gregor intentó hacer sirvió de algo.

Không một yêu cầu nào mà Gregor đưa ra có hiệu quả.

Porque ninguna de las peticiones que hizo fue entendida.

Vì không có yêu cầu nào của anh ấy được hiểu.

Giró la cabeza hacia un ángulo más profundo y humilde.

Ông quay đầu sang một góc sâu hơn, thể hiện vẻ khiêm nhường hơn.

Pero su padre respondió golpeando el suelo con más fuerza.

Nhưng cha anh đáp lại bằng cách dậm chân mạnh hơn nữa.

La madre abrió una ventana, a pesar del clima frío.

Mặc dù thời tiết lạnh, người mẹ vẫn mở cửa sổ.

Y apretó su cara entre sus manos en el frío.

Và cô úp mặt vào hai bàn tay trong cái lạnh.

El viento ahora podría pasar por todo el apartamento.

Giờ đây, gió có thể thổi xuyên suốt cả căn hộ.

Una fuerte corriente de aire soplaba desde la escalera hacia el callejón.

Một luồng gió mạnh thổi từ cầu thang ra con hẻm.

Las cortinas se agitaban a causa del fuerte viento.

Những tấm rèm cửa bay phấp phới trong gió mạnh.

Y el periódico sobre la mesa crujió con el viento.

Tờ báo trên bàn xào xạc trong gió.

Incluso algunas hojas fueron arrastradas hasta el interior de la casa desde el exterior.

Thậm chí một vài chiếc lá cũng bị gió thổi vào nhà từ bên ngoài.

El padre pateaba y empujaba sin descanso.

Người cha dậm chân và đẩy mạnh không ngừng.

Y silbaba y hacía ruidos como lo haría un hombre salvaje.

Và hắn rít lên, phát ra những tiếng động như một người hoang dã.

Pero Gregor aún no había practicado el caminar hacia atrás.

Nhưng Gregor vẫn chưa từng tập đi lùi.

Incluso Gregor admitiría que este movimiento era mucho más lento.

Ngay cả Gregor cũng phải thừa nhận rằng phong trào này diễn ra chậm hơn nhiều.

Pero lo único que quería era la oportunidad de cambiar las cosas.

Nhưng tất cả những gì anh ta muốn chỉ là cơ hội để quay đầu lại.

Entonces se habría ido directamente a su habitación.

Sau đó, anh ta sẽ lập tức về phòng mình.

Pero tenía demasiado miedo de impacientar a su padre.

Nhưng anh ta quá sợ làm cha mình mất kiên nhẫn.

Y allí estaba la amenaza de un golpe con el palo.

Và có cả nguy cơ bị đánh bằng gậy.

Un golpe así en la parte posterior de la cabeza podría ser fatal.

Một cú đánh vào sau gáy như vậy có thể gây tử vong.

Pero al final Gregor no tuvo otra opción.

Nhưng cuối cùng Gregor không còn lựa chọn nào khác.

Se dio cuenta de que ni siquiera podía caminar hacia atrás en línea recta.

Anh nhận ra mình thậm chí không thể đi thẳng lùi.

Empezó a girar tan rápido como pudo.

Anh ta bắt đầu quay người lại nhanh nhất có thể.

Pero en realidad este movimiento giratorio era igualmente lento.

Nhưng trên thực tế, chuyển động xoay này cũng chậm không kém.

Y le siguieron las miradas ansiosas del padre.

Và người cha luôn dõi theo cậu bằng ánh mắt lo lắng.

Quizás el padre notó las buenas intenciones de Gregor.

Có lẽ người cha đã nhận thấy ý tốt của Gregor.

Porque no le impidió darse la vuelta.

Vì anh ấy không làm phiền anh ta khi anh ta đang quay người lại.

Incluso utilizó la punta de su bastón para guiar la rotación.

Ông thậm chí còn dùng đầu gậy để điều khiển chuyển động quay.

¡Pero Gregor aún deseaba que su padre no le hubiera silbado!

Nhưng Gregor vẫn ước gì người cha đừng gắt gỏng với mình!

El silbido sólo aumentó la confusión del momento.

Tiếng rít chỉ càng làm tăng thêm sự hỗn loạn trong khoảnh khắc đó.

Y luego cometió un error y giró en la dirección equivocada.

Rồi anh ta mắc sai lầm và rẽ nhầm hướng.

Al final logró encarar el camino correcto.

Cuối cùng thì anh ấy cũng đã tìm được con đường đúng đắn.

Y estaba satisfecho con el progreso que había logrado.

Và ông ấy hài lòng với những tiến bộ mình đã đạt được.

Pero entonces el siguiente problema se hizo aún más evidente.

Nhưng rồi vấn đề tiếp theo lại càng trở nên rõ ràng hơn.

Su cuerpo era demasiado ancho para pasar fácilmente por la puerta.

Thân hình anh ta quá to nên không thể dễ dàng lọt qua cửa.

En su estado actual el padre no se dio cuenta de esto.

Trong tình trạng hiện tại, người cha không nhận ra điều này.

Así que no se le ocurrió abrir más la puerta.

Vì vậy, anh ta không nghĩ đến việc mở cửa thêm nữa.

Entonces habría habido suficiente espacio para Gregor.

Khi đó sẽ có đủ chỗ cho Gregor.

Su única prioridad era conseguir que Gregor entrara a su habitación.

Ưu tiên duy nhất của hắn là đưa Gregor vào phòng mình.

Habría tenido que ponerse de pie para poder pasar por la puerta.

Anh ta sẽ phải đứng dậy mới lọt qua được cửa.

Pero el padre no hubiera permitido tal maniobra.

Nhưng người cha sẽ không cho phép điều đó xảy ra.

De hecho, le estaba siseando aún más salvajemente que antes.

Thực tế là hắn ta còn rít lên với anh ta dữ dội hơn trước.

Sonaba como si más de un hombre le estuviera silbando.

Nghe có vẻ như không chỉ một người đang rít lên với anh ta.

Sus demandas parecían tener una nueva urgencia detrás.

Những yêu cầu của ông ta dường như mang một ý nghĩa cấp bách hơn bao giờ hết.

Realmente ya no había más tiempo para perder el tiempo.

Thực sự không còn thời gian để đùa giỡn nữa.

Pasara lo que pasara, Gregor tenía que atravesar la puerta.

Dù chuyện gì xảy ra đi nữa, Gregor cũng phải vào được bên trong cánh cửa.

Se abrió paso sin ningún respeto por sí mismo.

Anh ấy đã nỗ lực vượt qua khó khăn mà không hề coi thường bản thân.

Un lado de su cuerpo fue empujado hacia arriba por el movimiento.

Một bên cơ thể anh ta bị đẩy lên trên do chuyển động.

Y él yacía torpe y torcido en el umbral de la puerta.

Và anh ta nằm một cách khó nhọc và méo mó giữa khung cửa.

Uno de sus flancos quedó en carne viva rozando la madera.

Một bên sườn của anh ta bị cọ xát đến trầy xước do va đập vào gỗ.

Y había dejado feas manchas en la puerta pintada de blanco.

Và anh ta đã để lại những vết bẩn khó coi trên cánh cửa sơn trắng.

Las piernas de uno de sus costados colgaban temblando en el aire.

Hai chân bên hông anh ta run rẩy lơ lửng trong không trung.

Sus otras piernas estaban presionadas dolorosamente contra el suelo.

Hai chân còn lại của anh ta bị ép chặt xuống sàn nhà một cách đau đớn.

Pronto se quedaría atrapado completamente entre las puertas.

Chẳng mấy chốc, anh ta sẽ bị kẹt hoàn toàn giữa hai cánh cửa.

Y entonces no habría podido moverse en absoluto.

Và khi đó anh ta sẽ không thể cử động được chút nào.

Pero el padre le dio un fuerte empujón realmente liberador.

Nhưng người cha đã cho anh một cú hích mạnh mẽ, thực sự giải phóng anh.

Y cayó, sangrando profusamente, hasta el fondo de su habitación.

Và anh ta ngã xuống, máu chảy rất nhiều, vào sâu trong phòng.

El padre cerró la puerta tras de sí con su bastón.

Người cha dùng gậy đóng sầm cửa lại phía sau.

Y finalmente hubo algo de paz y tranquilidad nuevamente.

Và rồi cuối cùng mọi thứ lại trở nên yên bình và tĩnh lặng.

Segunda parte
Phần Hai

Gregor no se despertó hasta mucho más tarde ese mismo día.
Gregor mãi đến cuối ngày mới tỉnh dậy.
Había anochecido; había dormido profundamente e inconscientemente.
Trời đã tối; anh ta ngủ say sưa và vô thức.
Se habría despertado incluso sin que nadie lo hubiera molestado.
Dù không bị làm phiền, anh ấy vẫn sẽ tỉnh giấc.
Porque se sentía suficientemente descansado y bien dormido.
Vì anh ấy cảm thấy mình đã được nghỉ ngơi đầy đủ và ngủ ngon giấc.
Pero le pareció oír unos pasos fugaces afuera.
Nhưng anh ta nghĩ mình nghe thấy tiếng bước chân thoắt ẩn thoắt hiện bên ngoài.
Y alguien podría haber cerrado cuidadosamente la puerta principal.
Và có thể ai đó đã cẩn thận đóng cửa trước lại.
La luz del tranvía eléctrico se reflejaba pálidamente en el techo.
Ánh sáng từ xe điện chiếu mờ nhạt lên trần nhà.
La parte superior del mueble también recibió un poco de luz.
Mặt trên của đồ nội thất cũng nhận được một chút ánh sáng.
Pero allá abajo, a la altura de Gregor, estaba oscuro.
Nhưng dưới mặt đất, ngang tầm với Gregor, thì tối om.
Sus piernas lo empujaron lentamente hacia la puerta nuevamente.
Đôi chân anh ta từ từ đẩy anh ta về phía cửa một lần nữa.
Tenía mucha curiosidad por ver qué había sucedido allí.
Anh ấy rất tò mò muốn xem chuyện gì đã xảy ra ở đó.
Pero su control de sus sensores aún no estaba desarrollado.
Nhưng khả năng điều khiển xúc giác của anh ta vẫn chưa phát triển.

Aunque empezó a apreciar estos nuevos sensores.

Mặc dù sau đó ông bắt đầu đánh giá cao những cảm biến mới này.

Una cicatriz larga y desagradable parecía recorrer su costado izquierdo.

Một vết sẹo dài và khó chịu dường như chạy dọc bên trái cơ thể anh ta.

La cicatriz parecía como si apretara ese lado de su cuerpo.

Vết sẹo khiến anh cảm thấy như nó siết chặt bên sườn đó.

Y entonces tuvo que cojear literalmente sobre sus dos filas de piernas.

Và vì thế, ông ta phải đi khập khiễng trên hai hàng chân của mình.

Esa mañana una de sus piernas resultó gravemente herida.

Một trong hai chân của ông ấy đã bị thương nặng vào sáng hôm đó.

Realmente fue un milagro que no se hubiera roto más piernas.

Thật là một phép màu khi anh ta không bị gãy thêm nhiều chân nữa.

Y así arrastró sin vida su pierna herida.

Và thế là anh ta lê cái chân bị thương của mình theo sau một cách vô hồn.

Cuando llegó a la puerta se dio cuenta de algo profundo.

Khi đến gần cửa, anh ta nhận ra một điều sâu sắc.

Fue el olor de algo lo que lo atrajo hasta allí.

Chính mùi hương của thứ gì đó đã thu hút anh ta đến đó.

A Gregor le habían dejado algo comestible en su habitación.

Có một ít đồ ăn được đã được để sẵn trong phòng cho Gregor.

Trozos de pan blanco flotando en un cuenco de leche dulce.

Những mẩu bánh mì trắng nổi lềnh bềnh trong bát sữa ngọt.

Apenas podía contener la alegría que había dentro de él.

Anh ấy khó lòng ông kìm nén được niềm vui sướng trong lòng.

Ahora tenía incluso más hambre que por la mañana.

Lúc này anh ta còn đói hơn cả sáng.

Inmediatamente sumergió su cabeza en el cuenco de leche.

Anh ta lập tức cúi đầu vào bát sữa.

La leche le salía casi por toda la cabeza, hasta los ojos.

Sữa trào ra gần hết đầu anh ta, lên đến tận mắt.

Pero pronto echó la cabeza hacia atrás, amargamente decepcionado.

Nhưng ông ta nhanh chóng rụt đầu lại, vẻ mặt đầy thất vọng.

Comer era difícil debido a su delicado lado izquierdo.

Việc ăn uống trở nên khó khăn đối với anh ấy do bên trái cơ thể yếu.

Y sólo podía comer jadeando con todo su cuerpo.

Và ông ta chỉ có thể ăn bằng cách thở hổn hển hết sức mình.

Pero esa no fue la verdadera razón de su decepción.

Nhưng đó không phải là lý do thực sự khiến anh ấy thất vọng.

La leche siempre había sido uno de sus platos favoritos.

Sữa luôn là một trong những món ăn yêu thích của anh ấy.

No tenía ninguna duda de que su hermana recordaba esto.

Anh ấy không hề nghi ngờ rằng em gái mình đã nhớ chuyện này.

Y esa fue la razón por la que le había dado leche.

Và đó là lý do tại sao cô ấy cho anh ta uống sữa.

No podía explicar por qué ahora no le gustaba la leche.

Anh ấy không thể giải thích tại sao bây giờ anh ấy lại không thích sữa.

Y se apartó del cuenco casi con reticencia.

Và ông ta quay mặt đi khỏi cái bát gần như với vẻ miễn cưỡng.

Decepcionado, se arrastró de nuevo hasta el centro de la habitación.

Thất vọng, anh ta bò trở lại giữa phòng.

Desde allí pudo ver a través de la rendija de la puerta.

Từ đây, anh ta có thể nhìn thấy mọi thứ qua khe hở của cánh cửa.

Pudo ver que el fuego en la sala de estar estaba encendido.

Ông ta có thể thấy ngọn lửa trong phòng khách đã được đốt.

Generalmente a esta hora el padre leía el periódico.

Thông thường vào giờ này, người cha sẽ đọc báo.

Él siempre solía leerle a la madre en voz alta.

Ông ấy luôn đọc truyện cho mẹ nghe với giọng to.

A veces la hermana también escuchaba al padre.

Đôi khi, người chị cũng nghe lén những cuộc trò chuyện của người cha.

Ella siempre le había contado a Gregor sobre esta lectura en voz alta.

Cô ấy vẫn luôn kể với Gregor về việc đọc to này.

Pero hoy no se oía ningún sonido en la habitación.

Nhưng hôm nay, không có âm thanh nào phát ra từ căn phòng.

Quizás este hábito ya había caído en desuso.

Có lẽ thói quen này đã không còn được thực hiện nữa.

Un profundo silencio se había apoderado de todo el apartamento.

Cả căn hộ chìm trong sự tĩnh lặng sâu lắng.

Aunque sabía que el apartamento ciertamente no estaba vacío.

Mặc dù anh ta biết chắc chắn căn hộ đó không hề trống không.

«¡Qué vida tan tranquila lleva la familia!», pensó Gregor.

"Gia đình này sống một cuộc sống thật yên bình," Gregor nghĩ.

Y miró hacia la oscuridad con gran orgullo.

Và ông nhìn chằm chằm vào bóng tối với vẻ tự hào tột cùng.

Estaba orgulloso de la vida que había podido darles.

Ông tự hào về cuộc sống mà ông đã có thể mang lại cho họ.

Estaba orgulloso del hermoso apartamento en el que vivían.

Anh ấy rất tự hào về căn hộ xinh đẹp mà họ đang sống.

¿Pero toda esta paz estaba a punto de tener un final terrible?

Nhưng liệu nền hòa bình này sắp kết thúc bằng một thảm họa khủng khiếp?

¿Les iban a quitar su prosperidad?

Liệu sự thịnh vượng của họ có bị tước đoạt mất không?

¿Su satisfacción ahora era incierta en el futuro?

Liệu sự hài lòng của họ giờ đây có còn chắc chắn trong tương lai?

Pero él no quería perderse en tales pensamientos.

Nhưng anh không muốn chìm đắm trong những suy nghĩ đó.

Para mantenerse ocupado se arrastraba arriba y abajo por las paredes.

Để giết thời gian, cậu ta bò lên bò xuống các bức tường.

Durante la larga velada una puerta estaba entreabierta.

Suốt buổi tối dài ấy, một cánh cửa được hé mở.

Y en otro momento la otra puerta se abrió un poquito.

Và vào một thời điểm khác, cánh cửa kia hé mở một chút.

Pero en ambas ocasiones las puertas se cerraron rápidamente de nuevo.

Nhưng cả hai lần cánh cửa đều nhanh chóng đóng lại.

Estaba claro que alguien de fuera tenía el deseo de entrar.

Rõ ràng là có người bên ngoài muốn vào trong.

Pero también tenían demasiadas preocupaciones acerca de venir.

Nhưng họ cũng có quá nhiều lo ngại về việc đến đây.

Gregor ahora se detuvo directamente en la puerta de la sala de estar.

Gregor dừng lại ngay trước cửa phòng khách.

Estaba decidido a tentar de algún modo al indeciso visitante.

Ông ta quyết tâm tìm mọi cách để thuyết phục vị khách còn đang do dự.

Y también quería saber quién había sido el visitante.

Và ông ấy cũng muốn biết vị khách đó là ai.

Pero aquella noche la puerta no se abrió una tercera vez.

Nhưng tối hôm đó, cánh cửa không được mở lần thứ ba.

Y Gregorio esperaba en vano junto a la puerta.

Và Gregor đã dành thời gian đứng đợi bên cửa một cách vô ích.

Más temprano ese día todos querían entrar a la habitación.

Sáng hôm đó, tất cả bọn họ đều muốn vào phòng.

Ahora que las puertas estaban desbloqueadas sería más fácil para ellos.

Giờ các cánh cửa đã được mở khóa, mọi việc sẽ dễ dàng hơn cho họ.

Pero ellos prefirieron quedarse al otro lado de la habitación.

Nhưng họ lại chọn ở phía bên kia phòng.

Gregor se dio cuenta de que las llaves ya no estaban en sus cerraduras.

Gregor nhận thấy chìa khóa không còn nằm trong ổ khóa nữa.

Alguien debe haber movido las llaves a la cerradura exterior.
Ai đó chắc hẳn đã di chuyển chìa khóa của ổ khóa bên ngoài.
Sólo tarde por la noche se apagó la luz de la sala de estar.
Chỉ đến khuya muộn thì đèn phòng khách mới được tắt.
La familia debe haber permanecido despierta todo el tiempo.
Cả gia đình chắc hẳn đã thức suốt thời gian đó.
Y Gregor podía oírlos claramente alejándose de puntillas.
Và Gregor có thể nghe rõ tiếng họ rón rén bỏ đi.
Ahora nadie vendría a ver a Gregor hasta la mañana.
Giờ thì sẽ không ai đến gặp Gregor cho đến sáng.
Así que tuvo mucho tiempo para sí mismo, para pensar sin interrupciones.
Vì vậy, ông có rất nhiều thời gian ở một mình, để suy nghĩ mà không bị quấy rầy.
¿Cuál sería la mejor manera de reorganizar su vida ahora?
Cách tốt nhất để sắp xếp lại cuộc sống của anh ấy lúc này là gì?
Pero las altas paredes de la habitación vacía lo asustaban.
Nhưng những bức tường cao của căn phòng trống trải khiến anh ta sợ hãi.
No le quedó más remedio que tumbarse en el suelo.
Anh ta không còn cách nào khác ngoài việc nằm bẹp xuống đất.
Y nunca encontró la causa de su miedo en ese espacio.
Và ông ấy chưa bao giờ tìm thấy nguyên nhân nỗi sợ hãi của mình ở nơi đó.
Era la misma habitación en la que había vivido durante cinco años.
Đó vẫn là căn phòng mà anh đã sống suốt năm năm qua.
Medio inconscientemente hizo un movimiento hacia el sofá.
Anh ta vô thức nhích người về phía ghế sofa.
Y sin ninguna vergüenza se escondió debajo del sofá.
Và chẳng chút xấu hổ, anh ta trốn mình dưới gầm ghế sofa.
Allí abajo se sintió inmediatamente de nuevo muy a gusto.
Ngay lập tức, ở dưới đó anh ấy lại cảm thấy rất thoải mái.
A pesar de que tenía la espalda un poco presionada.
Mặc dù lưng anh ấy hơi bị đau.

Ya no podía levantar la cabeza debajo del sofá.

Anh ta cũng không thể ngẩng đầu lên khỏi gầm ghế sofa được nữa.

Pero incluso esto lo prefería a estar en cualquier espacio abierto.

Nhưng ngay cả như vậy, ông vẫn thích hơn là ở bất kỳ nơi nào thoáng đãng.

Sin embargo, lamentó que su cuerpo fuera tan ancho.

Tuy nhiên, ông ấy lại tiếc vì thân hình mình quá to lớn.

El sofá no podía cubrir completamente todo su cuerpo.

Chiếc ghế sofa không thể che phủ hoàn toàn toàn bộ cơ thể anh ta.

Se quedó debajo del sofá toda la noche.

Cậu ta ở dưới gầm ghế sofa suốt cả đêm.

La noche la pasó medio dormido, perturbado por el hambre.

Đêm đó anh ta ngủ chập chờn, không ngủ được vì đói.

Y el tiempo que estaba despierto lo pasaba preocupado o esperanzado.

Và thời gian tỉnh táo, anh ấy hoặc lo lắng, hoặc hy vọng.

Pero todas sus vagas esperanzas llevaron a la misma conclusión.

Nhưng tất cả những hy vọng mơ hồ của ông đều dẫn đến cùng một kết luận.

No tuvo más remedio que permanecer en silencio por el momento.

Anh ta không còn lựa chọn nào khác ngoài việc im lặng vào lúc này.

Tuvo que mostrar paciencia y consideración hacia la familia.

Ông ấy phải thể hiện sự kiên nhẫn và quan tâm đến gia đình.

Era la única manera de hacer soportable el inconveniente.

Đó là cách duy nhất để làm cho sự bất tiện trở nên dễ chịu hơn.

Los inconvenientes que ahora estaba causando a la familia.

Sự bất tiện mà anh ta đang gây ra cho gia đình.

No tuvo que esperar mucho para demostrar su compasión.

Ông ấy không phải chờ lâu để chứng tỏ lòng thương người của mình.

Temprano por la mañana la hermana miró dentro de su habitación.

Sáng sớm, người chị gái đã nhìn vào phòng anh trai mình.

Aunque en realidad era tan de noche como de mañana.

Mặc dù thực tế lúc đó vừa là đêm vừa là sáng.

Ella estaba completamente vestida y parecía mostrar entusiasmo.

Cô ấy ăn mặc chỉnh tề và có vẻ rất phấn khởi.

La fuerza de su nueva decisión podría ser puesta a prueba.

Sức mạnh của quyết định mới mà anh ấy vừa đưa ra có thể sẽ được kiểm chứng.

Ella no lo encontró inmediatamente con su primera mirada.

Thoạt nhìn, cô không nhận ra anh ta ngay.

Tenía que estar en algún lugar, no podía haber volado.

Anh ta chắc chắn phải ở đâu đó; anh ta không thể nào bay đi được.

Pero entonces sus ojos hicieron un segundo recorrido por la habitación.

Nhưng rồi ánh mắt cô lại đảo qua căn phòng lần thứ hai.

Y esta vez vio su torso debajo del sofá.

Và lần này, cô ấy phát hiện phần thân trên của anh ta nằm dưới ghế sofa.

Estaba tan asustada que perdió todo el control de sí misma.

Cô ấy sợ hãi đến mức mất hết khả năng tự chủ.

Y su primera reacción fue cerrar la puerta de golpe.

Phản ứng đầu tiên của cô ấy là đóng sầm cửa lại.

Pero también pareció arrepentirse inmediatamente de su comportamiento.

Nhưng dường như cô ấy cũng ngay lập tức hối hận về hành vi của mình.

Tan pronto como cerró la puerta de golpe, la abrió de nuevo.

Vừa đóng sầm cửa xong, cô ta lại mở cửa ra.

Y esta vez entró de puntillas en la habitación con cuidado.

Lần này, cô nhẹ nhàng rón rén bước vào phòng.

Se movía como si estuviera visitando a una persona gravemente enferma.

Cô ấy di chuyển như thể đang đến thăm một người bệnh nặng.

O tal vez estaba visitando a un completo desconocido.

Hoặc cũng có thể cô ấy đang đến thăm một người hoàn toàn xa lạ.

Gregor empujó su cabeza casi hasta el borde del sofá.

Gregor ghé sát đầu vào mép ghế sofa.

Y desde debajo de la caja fuerte la observaba en la habitación.

Và từ bên dưới chiếc két sắt, hắn quan sát cô trong phòng.

¿Se daría cuenta de que había dejado la leche?

Liệu cô ấy có nhận ra rằng anh ta đã để quên hộp sữa không?

No había dejado la leche por falta de hambre.

Anh ấy không bỏ sữa vì đói.

¿En lugar de eso le traería comida diferente?

Liệu cô ấy định mang cho anh ấy món ăn khác không?

Quizás un plato que se ajustara mejor a sus preferencias.

Có lẽ một món ăn phù hợp với sở thích của anh ấy hơn.

Pero ella misma habría tenido que notar su apetito.

Nhưng chính cô ấy cũng phải nhận thấy sự thèm ăn của anh ta.

Preferiría morir de hambre antes que hacerle saber eso.

Anh ta thà chết đói còn hơn là để cô ấy biết chuyện đó.

En realidad le habría gustado mucho decírselo.

Thực ra, anh ấy rất muốn kể cho cô ấy nghe.

Estuvo realmente tentado de disparar desde debajo del sofá.

Anh ta thực sự rất muốn chui ra từ gầm ghế sofa.

Quería arrojarse a los pies de su hermana.

Anh ta muốn quỳ xuống dưới chân chị gái mình.

Y quiso pedirle algo bueno para comer.

Và anh ấy muốn mời cô ấy món gì đó ngon để ăn.

Pero entonces la hermana miró hacia el cuenco de leche.

Nhưng rồi người chị nhìn về phía bát sữa.

Inmediatamente se dio cuenta de que el cuenco todavía estaba lleno.

Cô ấy lập tức nhận thấy rằng bát vẫn còn đầy.

Le sorprendió bastante que Gregor no hubiera comido nada.

Cô ấy khá ngạc nhiên vì Gregor chưa ăn gì cả.

Sólo se había derramado un poco de leche en el suelo.

Chỉ một ít sữa bị đổ ra sàn nhà.

Inmediatamente cogió el cuenco y lo sacó.

Cô ấy lập tức cầm lấy cái bát và mang ra ngoài.

Él vio que ella no recogió el cuenco con sus propias manos.

Anh ta thấy cô ấy không cầm cái bát bằng tay không.

En lugar de eso, recogió el cuenco con uno de los trapos.

Thay vào đó, bà ấy dùng một trong những chiếc giẻ để nhấc cái bát lên.

Pero Gregor se olvidó muy rápidamente de este pequeño detalle.

Nhưng Gregor rất nhanh chóng quên đi chi tiết nhỏ nhặt này.

Ahora estaba mucho más entusiasmado por otra cosa.

Giờ đây anh ấy lại hào hứng hơn về một điều khác.

¿Qué podría traer como reemplazo de la leche?

Cô ấy có thể mang gì đến để thay thế sữa?

Tenía varios pensamientos sobre lo que ella podría traer.

Anh ta có nhiều suy nghĩ khác nhau về những thứ cô ấy có thể mang đến.

Pero la bondad de su hermana superó sus expectativas.

Nhưng lòng tốt của chị gái anh đã vượt quá sự mong đợi của anh.

Se dio cuenta de que tenía que probar cuáles eran sus nuevos gustos.

Cô nhận ra mình cần phải thử xem khẩu vị mới của anh ấy như thế nào.

Así que trajo toda una selección de alimentos diferentes.

Vì vậy, cô ấy đã mang theo rất nhiều món ăn khác nhau.

Verduras medio podridas, huesos de la cena.

Rau củ gần như thối rữa, xương từ bữa tối.

Salsa solidificada de la otra comida que habían comido.

Nước sốt đã đông lại từ bữa ăn trước đó của họ.

Unas pasas, unas almendras, pan seco, pan con mantequilla.

Một ít nho khô, vài quả hạnh nhân, bánh mì khô, bánh mì bơ.

Un poco de pan untado con mantequilla y tambíen con sal.

Một ít bánh mì đã được phết bơ và rắc muối.

Queso que Gregor había declarado incomestible hacía dos días.

Phô mai mà Gregor đã tuyên bố là không ăn được hai ngày trước.

Toda esta selección de comida fue colocada en un periódico.

Tất cả các món ăn này được bày trên một tờ báo.

Y también colocó un recipiente con agua al lado de sus comidas.

Và bà cũng đặt một bát nước bên cạnh bữa ăn của ông.

Ella sabía que Gregor no habría comido delante de ella.

Cô biết Gregor sẽ không ăn trước mặt cô.

Entonces, por respeto hacia él, salió nuevamente de la habitación.

Vì tôn trọng anh ấy, cô ấy lại rời khỏi phòng.

Y hasta giró la llave en la cerradura al salir.

Và thậm chí bà ấy còn vặn chìa khóa vào ổ khóa khi rời đi.

Pero ella giró la llave muy silenciosamente y con mucho cuidado.

Nhưng cô ấy vặn chìa khóa rất nhẹ nhàng và cẩn thận.

De esta manera sólo Gregor sabría que la puerta estaba cerrada.

Như vậy chỉ có Gregor mới biết cửa đã bị khóa.

Ahora podía ponerse tan cómodo como quisiera.

Giờ đây anh ta có thể thoải mái tùy thích.

Las piernas de Gregor zumbaban cuando llegó la hora de comer.

Đôi chân của Gregor thoăn thoắt chuyển động khi đến giờ ăn.

Lo que vale la pena destacar es que ya no sentía ninguna molestia.

Điều đáng chú ý là anh ấy không còn cảm thấy khó chịu nữa.

Sus heridas deben haber sanado ya por completo.

Vết thương của anh ấy chắc hẳn đã lành hoàn toàn rồi.

Porque ya no sentía sus discapacidades anteriores.

Vì anh ấy không còn cảm thấy những khuyết tật trước đây của mình nữa.

Su nueva capacidad de curar lo sorprendió y lo asombró.

Khả năng chữa lành mới này đã khiến anh ấy ngạc nhiên và kinh ngạc.

Hace más de un mes se cortó el dedo con un cuchillo.

Hơn một tháng trước, anh ấy đã bị dao cứa vào ngón tay.

Hasta hace dos días esa herida todavía le dolía.

Cho đến hai ngày trước, vết thương đó vẫn còn đau.

"¿Soy mucho menos sensible ahora?" pensó para sí mismo.

"Giờ mình có bớt nhạy cảm hơn nhiều không nhỉ?" anh tự nghĩ.

Para entonces ya estaba chupando con avidez el queso.

Lúc này, anh ta đã ngấu nghiến miếng pho mát.

Se sintió atraído por el queso más que por el resto de la comida.

Anh ấy thích pho mát hơn các món ăn khác.

Comió rápidamente un trozo de queso tras otro.

Anh ta nhanh chóng ăn hết miếng pho mát này đến miếng pho mát khác.

Sus ojos se llenaron de lágrimas de satisfacción al probarlo.

Nước mắt anh ta rưng rưng vì thỏa mãn với hương vị của nó.

Después del queso comió las verduras y la salsa.

Sau khi ăn pho mát, anh ấy ăn rau và nước sốt.

Sin embargo, la comida fresca no le sabía bien.

Tuy nhiên, thức ăn tươi sống lại không ngon miệng với anh ta.

De hecho, ni siquiera podía soportar el olor de la comida fresca.

Thực tế là anh ta thậm chí không chịu nổi mùi thức ăn tươi.

Incluso arrastró el resto de la comida lejos de la comida fresca.

Thậm chí, nó còn kéo cả thức ăn cũ ra khỏi chỗ thức ăn mới.

Y muy rápidamente terminó la comida más comestible.

Và rất nhanh chóng, anh ta đã ăn hết phần thức ăn ngon nhất.

Toda aquella deliciosa comida tuvo sobre él un efecto soporífero.

Tất cả những món ăn ngon đó đã khiến anh ta buồn ngủ.

Y él permaneció acostado perezosamente en el lugar donde había comido.

Và anh ta nằm dài lười biếng ở chỗ mình vừa ăn xong.

Finalmente su hermana regresó para ver cómo estaba nuevamente.

Cuối cùng, chị gái anh ấy quay lại để thăm anh ấy lần nữa.

Tuvo la previsión de girar la llave muy lentamente.

Cô ấy đã có sự sáng suốt khi vặn chìa khóa rất chậm.

Esto le dio a Gregor una advertencia de que debía retirarse.

Điều này cảnh báo Gregor rằng anh ta nên rút lui.

Aturdido y sobresaltado, se apresuró a volver debajo del sofá.

Choáng váng và giật mình, anh ta vội vã chui lại xuống gầm ghế sofa.

Pero quedarse debajo del sofá no fue tan fácil esta vez.

Nhưng lần này trốn dưới gầm ghế sofa không dễ dàng như vậy.

Su cuerpo se había vuelto un poco redondeado por tanta comida.

Vì ăn quá nhiều nên thân hình anh ta hơi tròn trịa lên.

Y tuvo que controlarse para no quedarse sin nada otra vez.

Và anh ta phải tự kiềm chế để không bị hết tiền lần nữa.

Aunque la hermana no permaneció mucho tiempo en la habitación.

Mặc dù người chị không ở lại trong phòng lâu.

Le costaba respirar en ese estrecho espacio.

Anh ta khó thở trong không gian chật hẹp đó.

Pero él siguió adelante a pesar de los pequeños ataques de asfixia.

Nhưng anh ấy đã vượt qua những cơn khó thở nhỏ.

Con ojos desorbitados observaba las actividades de la hermana.

Hắn trợn tròn mắt quan sát mọi hành động của người em gái.

La hermana desprevenida vertió todo en un balde.

Cô em gái không hề hay biết đã đổ hết mọi thứ vào một cái xô.

Ella no sólo se deshizo de la comida que Gregor no había comido.

Cô ấy không chỉ vứt bỏ phần thức ăn mà Gregor chưa ăn.

Pero también se deshizo de la comida que él no había tocado.

Nhưng bà cũng vứt bỏ phần thức ăn mà anh ta chưa ăn.

Al parecer esa comida ya no era comestible para nadie.

Rõ ràng là thức ăn đó giờ không còn ăn được nữa.

Luego cerró el cubo de comida con una tapa de madera.

Sau đó, bà dùng nắp gỗ đậy kín thùng đựng thức ăn.

Y con la comida, el balde y el trapeador, se fue.

Và cùng với thức ăn, cái xô và cây lau nhà, bà ấy rời đi.

Gregor no habría podido esperar mucho más tiempo.

Gregor không thể chờ đợi lâu hơn nữa.

Tan pronto como ella se fue, él se escapó de debajo del sofá.

Ngay khi cô ấy rời đi, nó đã chui ra từ gầm ghế sofa.

Y se estiró y resopló aliviado.

Rồi ông vươn vai và thở phào nhẹ nhõm.

Así recibía Gregorio comida de vez en cuando.

Đây là cách Gregor nhận được thức ăn mỗi khi cần.

Su hermana le dio de comer una vez temprano en la mañana.

Chị gái anh ấy đã cho anh ấy ăn một lần vào sáng sớm.

A esta hora los padres y la criada todavía dormían.

Vào giờ này, cha mẹ và người hầu gái vẫn còn đang ngủ.

Y recibió una segunda comida después de que todos almorzaron.

Và ông ấy được phục vụ thêm một bữa ăn nữa sau khi mọi người đã ăn trưa xong.

Porque en ese momento los padres también durmieron un rato.

Vì lúc đó bố mẹ cũng ngủ thiếp đi một lúc.

Y la doncella fue enviada por su hermana a hacer algún recado.

Và người hầu gái được chị gái sai đi làm việc vặt.

Ciertamente no tenían intención de dejar morir de hambre a Gregor.

Chắc chắn họ không hề có ý định bỏ đói Gregor.

Pero tampoco hubieran querido verlo comer.

Nhưng họ cũng sẽ không muốn nhìn anh ta ăn.

Lo que mencionó la hermana fue suficiente información.

Những thông tin mà người chị gái đề cập đã đủ rồi.

Quizás era su manera de ahorrarles dolor a los padres.

Có lẽ đó là cách cô ấy muốn giúp cha mẹ bớt đau buồn.

Ya habían sufrido bastante por sus acciones.

Họ đã phải chịu đựng quá đủ từ những hành động của hắn rồi.

El primer día se iba convirtiendo poco a poco en un recuerdo lejano.

Ngày đầu tiên dần trở thành một kỷ niệm xa vời.

Gregor no tenía forma de saber lo que pasó ese día.

Gregor không thể nào biết được chuyện gì đã xảy ra ngày hôm đó.

¿Cómo fue guiado el cerrajero fuera del apartamento?

Người thợ khóa đã được dẫn ra khỏi căn hộ bằng cách nào?

¿Con qué excusas quedó finalmente satisfecho el médico?

Cuối cùng, vị bác sĩ đã hài lòng với những lời bào chữa nào?

No había encontrado ningún modo de hacerse entender.

Anh ta không tìm ra cách nào để diễn đạt cho người khác hiểu.

Ni siquiera logró comunicarse con su hermana.

Thậm chí anh ta còn không thể liên lạc được với em gái mình.

Y entonces pensaron que no podía entenderlos.

Vì vậy, họ nghĩ rằng ông ấy không thể hiểu họ.

Y por eso no se hizo ningún esfuerzo para hablar con él.

Vì vậy, không ai cố gắng liên lạc với ông ấy.

Su hermana entraba en su habitación todas las mañanas y a la hora del almuerzo.

Mỗi sáng và mỗi giờ ăn trưa, em gái anh đều vào phòng anh.

Pero él tuvo que contentarse con escuchar sus suspiros.

Nhưng anh chỉ có thể tự an ủi mình bằng việc nghe thấy tiếng thở dài của cô.

Más tarde se acostumbró un poco más a la forma de Gregor.

Sau đó, cô ấy dần quen với hình dáng của Gregor.

Y se sintió un poco más libre para hacer más comentarios.

Và cô ấy cảm thấy tự do hơn một chút để đưa ra nhiều nhận xét hơn.

(Aunque nunca se acostumbraría del todo a él.)

(Mặc dù cô ấy sẽ không bao giờ hoàn toàn quen với anh ta.)

Y entonces Gregor se sintió nuevamente hablado un poco más.

Và rồi Gregor cảm thấy mình được người khác lắng nghe nhiều hơn.

Y captó lo que percibió como comentarios amistosos.

Và anh ấy đã ghi nhận những lời nhận xét mà anh ấy cho là thân thiện.

"Disfrutó su comida hoy" o "comió todo".

"Hôm nay anh ấy rất thích bữa ăn của mình," hoặc "anh ấy đã ăn hết mọi thứ."

Pero eso fue sólo cuando hubo comido toda su comida.

Nhưng đó chỉ là khi anh ta đã ăn hết thức ăn của mình.

Pero últimamente esto se está volviendo cada vez menos frecuente.

Nhưng gần đây điều này ngày càng trở nên hiếm gặp.

"Apenas tocaba la comida", decía ella con más frecuencia ahora.

"Anh ấy hầu như chẳng đụng đến thức ăn của mình," bà ấy nói điều này thường xuyên hơn.

Y había un toque de tristeza en su voz cada vez.

Và mỗi lần như vậy, giọng nói của cô đều phảng phất chút buồn.

Gregor no pudo escuchar ninguna otra noticia más directamente.

Gregor không thể nghe được bất kỳ tin tức nào trực tiếp hơn thế.

Pero escuchó muchas noticias de las habitaciones contiguas.

Nhưng anh ta đã nghe lỏm được rất nhiều tin tức từ các phòng kế bên.

Al oír voces corrió hacia la puerta correspondiente.

Nghe thấy tiếng nói, anh ta liền chạy đến cánh cửa tương ứng.

Y apretó todo su cuerpo contra la puerta para escuchar.

Và anh ta áp sát toàn thân vào cửa để nghe.

Todas las conversaciones le concernían de una manera u otra.

Mọi cuộc trò chuyện đều liên quan đến ông ấy theo một cách nào đó.

Incluso cuando el tema parecía ser sobre otra cosa.
Ngay cả khi chủ đề dường như là về một điều khác.
Esta observación fue especialmente cierta en los primeros tiempos.
Điều này đặc biệt đúng trong giai đoạn đầu.
Durante cada comida repetían la misma discusión.
Trong mỗi bữa ăn, họ đều lặp lại cuộc thảo luận tương tự.
Todavía no estaban seguros de cómo comportarse a su alrededor.
Họ vẫn chưa chắc chắn về cách cư xứ khi ở gần anh ấy.
Pero el mismo tema también se discutió entre comidas.
Nhưng chủ đề đó cũng được thảo luận giữa các bữa ăn.
Porque siempre había dos miembros de la familia en casa.
Vì ở nhà luôn có hai thành viên trong gia đình.
Nadie quería quedarse solo en la casa.
Không ai muốn ở nhà một mình cả.
Pero dejar el piso vacío tampoco era una opción.
Nhưng việc để căn hộ trống không cũng là điều không thể chấp nhận được.
La criada era la única que no estaba atada al apartamento.
Cô hầu gái là người duy nhất không bị ràng buộc vào căn hộ.
Ella ya había pedido irse el primer día.
Cô ấy đã xin nghỉ việc ngay từ ngày đầu tiên.
Ella se puso de rodillas y pidió que la despidieran.
Cô ta quỳ xuống và van xin được cho về.
La familia no sabía cuánto sabía realmente la criada.
Gia đình không biết người giúp việc thực sự biết được bao nhiêu.
En ese momento ella no había visto más que nadie.
Vào thời điểm đó, cô ấy cũng chưa từng chứng kiến nhiều hơn bất cứ ai khác.
Lo sucedido todavía era un misterio para la familia.
Những gì đã xảy ra vẫn còn là một bí ẩn đối với gia đình.
Pero un cuarto de hora después se despidió.
Nhưng mười lăm phút sau, cô ấy đã nói lời tạm biệt.
Y agradeció a la familia con lágrimas en los ojos.
Và bà ấy đã cảm ơn gia đình với đôi mắt đẫm lệ.

Pero en realidad les agradeció por haberla liberado.
Nhưng thực ra, cô ấy cảm ơn họ vì đã thả cô ấy.
Parecían haberle mostrado la mayor bondad.
Họ dường như đã đối xử với cô ấy bằng lòng tốt vô bờ bến.
Incluso hizo un juramento sin que se lo pidieran.
Cô ấy thậm chí còn tuyên thệ, dù không ai yêu cầu.
Dijo que no le contaría a nadie lo que había sucedido.
Cô ấy nói sẽ không kể cho ai biết chuyện gì đã xảy ra.
Ahora la hermana tenía que cocinar junto con su madre.
Giờ thì người chị phải cùng nấu ăn với mẹ.
Pero esto realmente no era un gran inconveniente.
Nhưng điều này thực ra không gây ra quá nhiều bất tiện.
Porque de todas formas los dos no comían casi nada.
Vì hai người họ hầu như chẳng ăn gì cả.
Gregor escuchó una y otra vez la misma conversación.
Hết lần này đến lần khác, Gregor nghe lén được cùng một
cuộc trò chuyện.
Una persona le decía a otra que tenía que comer más.
Một người đang nói với người kia rằng họ phải ăn nhiều hơn.
Pero esa persona no recibió ninguna respuesta de la persona.
Nhưng người đó không nhận được câu trả lời từ người kia.
"Gracias, tengo suficiente", o algo similar.
"Cảm ơn, tôi có đủ rồi", hoặc câu tương tự.
Quizás ya no bebían nada tampoco.
Có lẽ họ cũng không uống gì nữa.
**La hermana a menudo le preguntaba a su padre si quería
cerveza.**
Cô em gái thường hỏi bố xem ông có muốn uống bia không.
**Y ella misma se ofreció calurosamente a ir a buscar la
cerveza.**
Và cô ấy ân cần đề nghị tự mình đi lấy bia.
El padre siempre permanecía en silencio ante su petición.
Người cha luôn im lặng trước yêu cầu của con gái.
**Así que la hermana tuvo que encontrar una manera de
eliminar cualquier duda.**
Vì vậy, người chị phải tìm cách xóa bỏ mọi nghi ngờ.
Y ella dijo que enviaría a la criada a buscar algo de cerveza.

Và bà ấy nói sẽ sai người hầu đi mua bia.
Pero entonces el padre finalmente dijo un gran y rotundo "no".
Nhưng rồi người cha cuối cùng cũng thốt lên một tiếng "không" thật lớn và dứt khoát.
Luego ya no se volvió a mencionar el tema de tomar una cerveza.
Sau đó, chủ đề về việc anh ấy uống bia không còn được đề cập đến nữa.
Ya había explicado anteriormente la situación financiera.
Ông ấy đã giải thích tình hình tài chính trước đó rồi.
De hecho, mencionó las finanzas el primer día.
Thực tế, ông ấy đã đề cập đến vấn đề tài chính ngay từ ngày đầu tiên.
Les hizo saber perfectamente cuáles eran las perspectivas.
Ông ấy đã cho họ thấy rõ những triển vọng phía trước.
Su propio negocio se había derrumbado hacía unos cinco años.
Công việc kinh doanh của ông ta đã sụp đổ khoảng năm năm trước.
De vez en cuando se levantaba para abandonar la mesa.
Thỉnh thoảng ông ấy lại đứng dậy rời khỏi bàn.
Y se dirigió a la caja registradora de su antiguo negocio.
Và anh ta đi đến quầy thu ngân của cửa hàng cũ.
Había salvado la caja registradora por sentimentalismo.
Anh ấy giữ lại chiếc máy tính tiền vì lý do tình cảm.
Gregor lo oyó abrir una cerradura pesada y complicada.
Gregor nghe thấy tiếng anh ta mở một ổ khóa nặng và phức tạp.
Y sacó recibos y libros de la caja.
Và ông ta lấy các biên lai và sổ sách từ hộp đựng tiền ra.
Después de tomar los objetos volvió a cerrar la caja fuerte.
Sau khi lấy đồ vật, anh ta khóa két tiền lại.
Gregor no había tenido buenas noticias desde su encarcelamiento.
Gregor không nhận được tin tốt nào kể từ khi bị giam cầm.
Pensó que el negocio había llevado a la quiebra a su padre.

Anh ta cho rằng việc kinh doanh đã khiến cha mình phá sản.

El padre seguramente le había dado esa impresión a Gregor.

Người cha chắc chắn đã tạo cho Gregor ấn tượng đó.

Y Gregor nunca le preguntó más sobre las finanzas.

Và Gregor không bao giờ hỏi anh ta thêm về vấn đề tài chính nữa.

Gregor quería hacer todo lo posible para ayudar a la familia.

Gregor muốn làm tất cả những gì có thể để giúp đỡ gia đình đó.

Quería ayudarlos a olvidar la desgracia empresarial.

Anh ấy muốn giúp họ quên đi những rủi ro trong kinh doanh.

La quiebra que provocó la desesperanza más completa.

Vụ phá sản đã dẫn đến sự tuyệt vọng hoàn toàn.

Así que empezó a trabajar con una pasión muy especial.

Vì vậy, anh ấy bắt đầu làm việc với một niềm đam mê đặc biệt.

Se había convertido en un vendedor ambulante casi de la noche a la mañana.

Anh ta trở thành một người bán hàng rong gần như chỉ sau một đêm.

Antes de eso, sólo había trabajado como empleado con un salario bajo.

Trước đó, ông chỉ làm một công việc thư ký với mức lương thấp.

Ahora tenía oportunidades de ingresos completamente diferentes.

Giờ đây anh ấy có những cơ hội kiếm tiền hoàn toàn khác.

Las ventas exitosas podrían convertirse inmediatamente en efectivo.

Những giao dịch thành công có thể được quy đổi thành tiền mặt ngay lập tức.

El dinero en efectivo, por supuesto, se paga con sus comisiones.

Tất nhiên, số tiền đó được trả từ tiền hoa hồng của anh ta.

Ahora Gregor podía poner dinero en la mesa familiar.

Giờ đây Gregor đã có thể kiếm tiền nuôi gia đình.

Y estaban asombrados y contentos con sus ganancias.

Họ vừa ngạc nhiên vừa vui mừng với số tiền anh kiếm được.

Pero esos tiempos hermosos no se repetirán nuevamente.

Nhưng những khoảnh khắc tươi đẹp ấy sẽ không bao giờ lặp lại nữa.

Apenas se habían acostumbrado a esos buenos tiempos.

Họ vừa mới quen với những khoảng thời gian tốt đẹp này.

Cada día de pago la familia aceptaba el dinero con gratitud.

Mỗi kỳ lương, gia đình đều vui vẻ đón nhận số tiền đó.

Y Gregor estaba igualmente feliz de entregar el dinero.

Và Gregor cũng vui vẻ giao tiền.

Pero el cálido afecto que recibía a cambio fue muriendo lentamente.

Nhưng tình cảm ấm áp đáp lại dần dần phai nhạt.

Sólo su hermana permaneció tan cerca de Gregor como antes.

Chỉ có em gái anh vẫn thân thiết với Gregor như trước.

Ella, a diferencia de Gregor, tenía un profundo aprecio por la música.

Khác với Gregor, cô ấy có một sự cảm thụ sâu sắc đối với âm nhạc.

Y ella sabía tocar el violín de una manera muy conmovedora.

Và cô ấy biết cách chơi vĩ cầm rất hay, truyền cảm.

Gregor planeó en secreto enviarla a la escuela de música.

Gregor đã bí mật lên kế hoạch cho cô theo học trường nhạc.

Aún no había decidido cómo pagaría los gastos.

Ông ấy vẫn chưa quyết định sẽ thanh toán các khoản chi phí như thế nào.

Pero de una forma u otra cubriría los costos.

Nhưng bằng cách này hay cách khác, ông ta sẽ trang trải chi phí.

De vez en cuando Gregor y su familia hacían pequeños viajes.

Thỉnh thoảng Gregor và gia đình lại đi những chuyến du lịch ngắn ngày.

Gregor y su hermana abordaron este tema con frecuencia.

Gregor và người em gái thường xuyên nhắc đến chủ đề này.

Pero sólo se mencionó como una idea maravillosa.

Nhưng nó chỉ được nhắc đến như một ý tưởng tuyệt vời.
Realmente no creían que el sueño pudiera realizarse.
Họ thực sự không tin rằng giấc mơ đó có thể trở thành hiện thực.
Y a los padres no les gustaban esas ambiciones fantasiosas.
Và cha mẹ không thích những tham vọng viển vông như vậy.
Incluso cuando el tema se planteó de manera muy inocente.
Ngay cả khi chủ đề đó được nêu ra một cách rất vô hại.
Pero Gregor seguía pensando en la escuela de música.
Nhưng Gregor vẫn tiếp tục nghĩ về trường nhạc.
Y tenía pensado anunciar el regalo en Nochebuena.
Và ông ấy dự định sẽ công bố món quà vào đêm Giáng sinh.
Por supuesto, en su estado actual sería imposible.
Dĩ nhiên, với tình trạng hiện tại của anh ấy thì điều đó là không thể.
Pero ese tipo de pensamientos pasaban por su cabeza.
Nhưng những suy nghĩ như vậy cứ thoáng qua trong đầu anh ta.
Y tenía estos pensamientos mientras escuchaba a la familia.
Và ông đã có những suy nghĩ như vậy khi lắng nghe gia đình họ trò chuyện.
A veces se cansaba demasiado para seguir escuchándolos.
Đôi khi, ông ấy quá mệt mỏi để tiếp tục lắng nghe họ.
Su cabeza cayó contra la puerta por el cansancio.
Vì quá mệt mỏi, anh gục đầu vào cánh cửa.
Pero inmediatamente volvió a apoyar la cabeza contra la puerta.
Nhưng anh ta lập tức lại gục đầu vào cửa.
Porque incluso el ruido más leve se podía oír afuera.
Vì ngay cả tiếng động nhỏ nhất cũng có thể nghe thấy từ bên ngoài.
Y cualquier ruido que hacía hacía que la familia se quedara en silencio.
Và bất kỳ tiếng động nào anh ấy tạo ra đều khiến cả gia đình im lặng.
"¿Qué está haciendo ahora?" preguntó el padre a la familia.
"Bây giờ nó đang làm gì vậy?" người cha hỏi cả gia đình.

Y fue a la puerta para comprobar qué era aquel ruido.
Rồi anh ta đi ra cửa để xem tiếng động đó là gì.
Y luego la conversación interrumpida se reanudó gradualmente.
Và rồi cuộc trò chuyện bị gián đoạn dần dần được tiếp tục.
Pero lo que dijo el padre sorprendió positivamente a todos.
Nhưng điều người cha nói đã khiến mọi người vô cùng ngạc nhiên.
Gregor ahora conoció la verdadera situación de las finanzas.
Lúc này Gregor đã biết được thực trạng tài chính thực sự.
A pesar de todas las desgracias, hubo algo de buena suerte.
Bất chấp mọi điều không may, vẫn có một vài điều may mắn.
Aún quedaba allí una muy pequeña fortuna de los viejos tiempos.
Một khoản tiền nhỏ tích lũy từ thời xưa vẫn còn đó.
El padre explicó las cosas, pero tuvo que repetirlas.
Người cha giải thích mọi việc, nhưng phải lặp lại nhiều lần.
Porque hacía tiempo que no se ocupaba de estas cosas.
Vì đã lâu rồi ông ấy chưa giải quyết những việc này.
Y porque la madre no entendía tales cosas.
Và bởi vì người mẹ không hiểu những điều đó.
Los tipos de interés del banco habían subido un poco.
Lãi suất ngân hàng đã tăng lên một chút.
El dinero intacto había aumentado más de lo esperado.
Số tiền chưa sử dụng đã tăng lên nhiều hơn dự kiến.
Además Gregor siempre les había dado sus ahorros.
Ngoài ra, Gregor luôn dành dụm tiền tiết kiệm của mình cho họ.
Sólo había conservado unos pocos florines para sí.
Ông ta chỉ giữ lại cho mình vài đồng guilder mà thôi.
Y su dinero aún no se había agotado por completo.
Và số tiền của anh ta vẫn chưa được tiêu hết hoàn toàn.
En conjunto, este dinero se había acumulado hasta formar un pequeño capital.
Tổng số tiền này đã tích lũy thành một khoản vốn nhỏ.
Gregor, detrás de su puerta, asintió con entusiasmo ante la noticia.

Gregor, ngồi sau cánh cửa, gật đầu lia lịa khi nghe tin.

Le agradó esta inesperada cautela y frugalidad.

Ông hài lòng với sự thận trọng và tiết kiệm bất ngờ này.

Los fondos sobrantes podrían haberse utilizado para pagar la deuda.

Số tiền dư thừa đó lẽ ra có thể được dùng để trả nợ.

Entonces ya no le deberían nada al patrón.

Khi đó họ sẽ không còn nợ ông chủ bất cứ điều gì nữa.

Y Gregor podría haber cambiado de trabajo mucho antes.

Và Gregor lẽ ra đã có thể chuyển sang công việc mới sớm hơn nhiều.

Pero ahora la manera como el padre lo dispuso estaba mucho mejor.

Nhưng cách người cha sắp xếp mọi việc giờ đây tốt hơn nhiều.

El dinero no era suficiente para vivir de los intereses.

Số tiền đó không đủ để sống bằng tiền lãi.

Y había que reservar algo de dinero para emergencias.

Và một khoản tiền nhất định phải được dành riêng cho những trường hợp khẩn cấp.

Sólo habría sido suficiente dinero para uno o dos años.

Số tiền đó chỉ đủ dùng trong một hoặc hai năm.

Esto significaba que alguien tenía que ganar dinero para que pudieran vivir.

Điều này có nghĩa là ai đó phải kiếm tiền để nuôi sống họ.

El padre no estaba enfermo y era bastante fuerte.

Người cha không có vấn đề về sức khỏe và đủ sức khỏe tốt.

Pero llevaba más de cinco años sin trabajo.

Nhưng ông ấy đã thất nghiệp hơn năm năm.

Y, debido a su edad, le quedaba poca confianza en sí mismo.

Và do tuổi tác, ông ấy hầu như không còn tự tin.

También había engordado mucho en los últimos tiempos.

Gần đây anh ấy cũng tăng cân rất nhiều.

Su vida siempre había sido ardua y sin éxito.

Cuộc đời ông luôn đầy gian khổ và không mấy thành công.

Y éstas habían sido las primeras vacaciones que había tenido.

Và đây là kỳ nghỉ đầu tiên trong đời anh ấy.

Y sin estar ocupado se había vuelto bastante torpe.
Và vì không có việc gì làm nên anh ta trở nên khá vụng về.
¿Sería mejor si la anciana madre ganara el dinero?
Sẽ tốt hơn nếu người mẹ già tự kiếm tiền?
La anciana madre que sufría de asma.
Người mẹ già bị bệnh hen suyễn.
La anciana madre que luchaba por subir las escaleras.
Người mẹ già khó nhọc leo cầu thang.
La anciana madre que pasaba el tiempo tumbada en el sofá.
Người mẹ già suốt ngày nằm dài trên ghế sofa.
La anciana madre que prefería quedarse junto a la ventana.
Bà cụ thích ngồi bên cửa sổ.
Para poder recuperar el aliento cuando lo necesitara.
Để cô ấy có thể lấy lại hơi thở khi cần thiết.
¿Sería mejor si la hermana joven ganara el dinero?
Sẽ tốt hơn nếu cô em gái kiếm được tiền?
La hermana, que a sus diecisiete años era todavía apenas una niña.
Người em gái, khi đó mới mười bảy tuổi, vẫn chỉ là một đứa trẻ.
La hermana que sólo tuvo unos pocos placeres modestos.
Người em gái chỉ có vài thú vui giản dị.
La hermana a quien le gustaba principalmente tocar el violín.
Người em gái chủ yếu thích chơi vĩ cầm.
Ella sabía que su anterior forma de vida era muy envidiable;
Cô biết rằng lối sống trước đây của mình rất đáng ghen tị;
Vestirse bien, levantarse tarde, ayudar en la casa.
Ăn mặc chỉnh tề, dậy muộn, giúp đỡ việc nhà.
La conversación a menudo giraba en torno a la necesidad de ganar dinero.
Cuộc trò chuyện thường xoay quanh nhu cầu kiếm tiền.
Gregor siempre era el primero en soltar la puerta.
Gregor luôn là người đầu tiên buông tay khỏi cửa.
La conversación lo puso caliente de vergüenza y dolor.
Cuộc trò chuyện khiến anh ta nóng bừng vì xấu hổ và đau khổ.

Entonces se dejó caer en el refrescante sofá de cuero.

Thế là anh ta nằm vật xuống chiếc ghế sofa da mát lạnh.

Y a menudo pasaba el resto de la noche en el sofá.

Và ông thường dành phần còn lại của đêm trên ghế sofa.

Nunca durmió realmente en el sofá, ni tampoco por la noche.

Anh ấy chưa bao giờ thực sự ngủ trên ghế sofa, cũng chẳng bao giờ ngủ vào ban đêm.

A menudo, simplemente se quedaba rascando el cuero durante horas y horas.

Thường thì anh ta chỉ cào vào lớp da hàng giờ liền.

Otras veces empujaba el sillón hacia la ventana.

Những lúc khác, ông lại đẩy chiếc ghế bành sát vào cửa sổ.

Esto solo requirió un gran esfuerzo de su parte.

Chỉ riêng điều này thôi đã đòi hỏi anh ấy phải nỗ lực rất nhiều.

El sillón le ayudó a subirse al alféizar de la ventana.

Chiếc ghế bành giúp anh ta trèo lên bệ cửa sổ.

Y desde allí pudo apoyarse en la ventana.

Và từ đó anh ta có thể tựa vào cửa sổ.

Solía sentir una gran sensación de libertad al hacer esto.

Trước đây, anh ấy cảm thấy rất tự do khi làm điều này.

Quizás estaba buscando algún viejo sentimiento liberador.

Có lẽ anh ấy đang tìm kiếm một cảm giác tự do, phóng khoáng xưa cũ.

Pero su visión no era tan nítida como solía ser.

Nhưng thị lực của ông không còn sắc bén như trước nữa.

Las cosas a cierta distancia se veían borrosas e indistintas.

Những vật ở khoảng cách hơi xa trông mờ ảo và không rõ nét.

Ya no podía ver el hospital al otro lado de la calle.

Ông không còn nhìn thấy bệnh viện bên kia đường nữa.

Antes había maldecido la vista, ahora quería verla.

Trước đây anh ta từng nguyền rủa cảnh tượng đó, giờ thì anh ta lại muốn chiêm ngưỡng nó.

Sabía que vivía en la tranquila y urbana Charlottenstrasse.

Anh biết mình đang sống ở phố Charlottenstrasse yên tĩnh, thuộc khu đô thị.

Pero podría haber pensado que estaba mirando el desierto.

Nhưng có lẽ ông ta đã nghĩ mình đang nhìn vào sa mạc.

Un páramo donde el cielo gris y la tierra gris se fusionaban.

Một vùng đất hoang tàn nơi bầu trời xám xịt và mặt đất xám xịt hòa quyện vào nhau.

La atenta hermana notó dos veces que la silla se había movido.

Hai lần người chị gái tinh ý nhận thấy chiếc ghế đã bị xê dịch.

Después de ordenar, empujó la silla hacia la ventana.

Sau khi dọn dẹp xong, cô đẩy chiếc ghế lại gần cửa sổ.

Y a partir de ahora incluso dejó la ventana abierta.

Và từ đó trở đi, bà ấy thậm chí còn để cửa sổ mở.

Gregor realmente hubiera deseado poder hablar con su hermana.

Gregor thực sự ước mình có thể nói chuyện với em gái mình.

Quería agradecerle por todo lo que hizo por él.

Anh ấy muốn cảm ơn cô ấy vì tất cả những gì cô ấy đã làm cho anh ấy.

Entonces habría tolerado más fácilmente sus servicios.

Khi đó, ông ta sẽ dễ dàng chấp nhận những dịch vụ của họ hơn.

Pero tal como estaban las cosas, él sufrió por su ayuda.

Nhưng thực tế, anh ta lại phải chịu thiệt thòi vì sự giúp đỡ của cô ấy.

La hermana, por supuesto, intentó disimular la vergüenza.

Dĩ nhiên, người chị gái đã cố gắng làm mờ đi sự ngượng ngùng.

Y ella hizo todo lo posible para fingir que no se sentía agobiada.

Và cô ấy đã cố gắng hết sức để giả vờ như không cảm thấy gánh nặng.

Por supuesto, esto es algo que tenía que practicar primero.

Dĩ nhiên, đây là điều mà cô ấy phải luyện tập trước đã.

Y cuanto más tiempo pasaba, mejor lo hacía.

Và thời gian trôi qua, cô ấy càng làm tốt hơn.

Pero a Gregor también se le dio más tiempo para ver su pretensión.

Nhưng Gregor cũng có thêm thời gian để nhận ra sự giả tạo của cô ấy.

Incluso su entrada a su habitación fue una prueba para él.

Ngay cả việc cô bước vào phòng anh cũng là một thử thách đối với anh.

Tan pronto como entró, corrió directamente a la ventana.

Vừa bước vào, cô ấy đã chạy thẳng đến cửa sổ.

Ni siquiera se tomó el tiempo de cerrar la puerta.

Cô ta thậm chí còn không buồn đóng cửa.

Normalmente ella evitaba que todos vieran la habitación de Gregor.

Thông thường, cô ấy sẽ không cho ai nhìn thấy phòng của Gregor.

Y abrió la ventana de golpe con manos apresuradas.

Và cô ấy vội vàng giật mạnh cửa sổ ra.

Luego volvió a respirar como si se estuviera asfixiando.

Rồi cô ấy thở lại như thế vừa bị ngạt thở.

El aire que entraba era frío y ella respiraba profundamente.

Luồng không khí ùa vào rất lạnh, và cô hít thở sâu.

Pero aún así se quedó junto a la ventana por un rato.

Nhưng dù vậy, cô vẫn đứng bên cửa sổ một lúc lâu.

Con esta rutina asustaba a Gregor dos veces al día.

Cô ta dọa Gregor hai lần một ngày bằng thói quen này.

Mientras ella estaba en la habitación él temblaba debajo del sofá.

Trong lúc cô ấy ở trong phòng, anh ta đang run rẩy dưới gầm ghế sofa.

Él sabía que a ella le habría gustado ahorrarle esa terrible experiencia.

Anh biết cô ấy muốn giúp anh khỏi phải trải qua chuyện này.

Pero ella no podía estar en la habitación con la ventana cerrada.

Nhưng cô ấy không thể ở trong phòng khi cửa sổ đóng kín.

Hubo una ocasión en que ella llegó un poco antes.

Có một lần cô ấy đến sớm hơn một chút.

Probablemente alrededor de un mes después de la transformación de Gregor.

Có lẽ khoảng một tháng sau khi Gregor biến hình.
Ella se había acostumbrado un poco a su nueva apariencia.
Cô ấy đã phần nào quen với diện mạo mới của anh ấy.
Así que ya no tenía por qué estar particularmente sorprendida.
Vì vậy, cô ấy không còn lý do gì để quá sốc nữa.
Ella lo encontró todavía mirando por la ventana, inmóvil.
Cô thấy anh vẫn bất động nhìn chằm chằm ra ngoài cửa sổ.
Estaba en el lugar más horrible en el que podría haber estado.
Anh ta đang ở trong hoàn cảnh tồi tệ nhất có thể.
No le habría sorprendido si ella no hubiera entrado.
Anh ta sẽ không ngạc nhiên nếu cô ấy không bước vào.
Donde le impidió abrir la ventana.
Anh ta đã ngăn cản cô ấy mở cửa sổ.
Ella salió rápidamente de la habitación y cerró la puerta.
Cô nhanh chóng rời khỏi phòng và đóng cửa lại.
Un extraño podría haber llegado a todo tipo de conclusiones.
Một người lạ có thể đã đưa ra đủ loại kết luận.
Quizás sólo estaba esperando la oportunidad de morderla.
Có lẽ hắn chỉ đang chờ cơ hội để cắn cô ấy.
Gregor, por supuesto, se escondió inmediatamente debajo del sofá.
Dĩ nhiên, Gregor lập tức trốn xuống gầm ghế sofa.
Pero tuvo que esperar hasta el mediodía para que su hermana regresara.
Nhưng anh phải đợi đến trưa thì em gái anh mới trở về.
Y ella parecía mucho más inquieta que de costumbre.
Và cô ấy có vẻ bồn chồn hơn hẳn so với thường ngày.
Se dio cuenta de que verlo todavía era insoportable.
Anh nhận ra rằng việc nhìn thấy anh ta vẫn không thể chịu đựng nổi.
Verlo seguiría siendo insoportable para ella.
Việc nhìn thấy anh ta sẽ mãi là điều không thể chịu đựng nổi đối với cô.
Probablemente no podría soportar ver ninguna parte de él.

Có lẽ cô ấy không thể chịu đựng nổi khi nhìn thấy bất kỳ phần nào của anh ta.

Siempre sobresalía una pequeña parte de debajo del sofá.

Một phần nhỏ luôn nhô ra từ gầm ghế.

Un día llevó una sábana sobre su espalda hasta el sofá.

Một ngày nọ, anh ta vác một tấm ga trải giường trên lưng đến ghế sofa.

Quería evitar que ella viera cualquier parte de él.

Anh ta muốn che giấu mọi dấu vết của bản thân khỏi cô ấy.

Él dispuso la sábana de tal manera que todo él quedara oculto.

Anh ta sắp xếp tấm ga trải giường sao cho toàn thân mình được che khuất.

Incluso si se agachara no podría verlo.

Dù có cúi xuống, cô ấy cũng không thể nhìn thấy anh ta.

Todo el esfuerzo le llevó a Gregor más de tres horas.

Toàn bộ quá trình đó đã tiêu tốn của Gregor hơn ba tiếng đồng hồ.

Quizás pensó que la sábana era innecesaria.

Có lẽ cô ấy nghĩ rằng tấm ga trải giường không cần thiết.

Ella habría sabido que él no quería la sábana.

Cô ấy hẳn đã biết rằng anh ta không muốn tấm ga trải giường đó.

Lo hacía para su comodidad, no para la suya propia.

Anh ấy làm vậy vì sự thoải mái của cô ấy, chứ không phải vì bản thân mình.

Y podría haber quitado la sábana si hubiera querido.

Và cô ấy hoàn toàn có thể bỏ tấm ga trải giường đi nếu muốn.

Pero dejó la sábana donde Gregor la había puesto.

Nhưng cô vẫn để tấm ga trải giường ở chỗ Gregor đã đặt.

Y Gregor incluso creyó haber captado una mirada de agradecimiento.

Và Gregor thậm chí còn nghĩ rằng mình đã bắt gặp được một ánh nhìn biết ơn.

Había levantado suavemente la sábana con la cabeza.

Anh ta nhẹ nhàng dùng đầu nhấc tấm ga trải giường lên.

Quería ver si a su hermana le gustaba el arreglo.

Anh ấy muốn xem em gái mình có thích sự sắp xếp này không.

Las dos primeras semanas fueron las más difíciles para los padres.
Hai tuần đầu tiên là khoảng thời gian khó khăn nhất đối với các bậc phụ huynh.
No pudieron animarse a entrar y verlo.
Họ không nỡ bước vào gặp ông ấy.
Escuchó muchas de sus conversaciones en ese momento.
Ông đã nghe lén được nhiều cuộc trò chuyện của họ vào thời điểm đó.
Reconocieron plenamente todo lo que hacía la hermana.
Họ hoàn toàn ghi nhận mọi việc mà người chị gái đang làm.
Aunque solían estar molestos con ella a menudo.
Mặc dù trước đây họ thường hay khó chịu với cô ấy.
Porque ella parecía ser una chica un tanto inútil.
Vì cô ấy có vẻ là một cô gái khá vô dụng.
Ahora eran ellos quienes esperaban al otro lado de la habitación.
Giờ thì chính họ đang chờ đợi ở phía bên kia phòng.
Y fue ella quien entró en la habitación a hacer todo.
Và chính cô ấy là người vào phòng để làm mọi việc.
Tan pronto como salió quisieron saberlo todo.
Vừa bước ra, họ đã muốn biết mọi chuyện.
Tenía que decirles exactamente cómo era la habitación.
Cô ấy phải mô tả chính xác căn phòng trông như thế nào cho họ biết.
¿Qué comió Gregor? ¿Cómo se comportó esta vez?
"Gregor đã ăn gì? Lần này anh ta cư xử như thế nào?"
"¿Quizás se notó una ligera mejoría?"
"Liệu có thể nhận thấy một chút cải thiện nào không?"
La madre, por cierto, fue en realidad más valiente.
Nhân tiện, người mẹ thực sự dũng cảm hơn.
Y por supuesto, era su propio hijo el que estaba dentro de la habitación.
Và dĩ nhiên, người ở trong phòng lại chính là con trai bà.

En realidad quería visitar a Gregor relativamente pronto.

Thực ra, cô ấy muốn đến thăm Gregor trong thời gian khá sớm.

Pero al principio el padre y la hermana la frenaron.

Nhưng ban đầu, người cha và người chị đã ngăn cản cô ấy.

Le dieron argumentos muy racionales para que no fuera.

Họ đã đưa ra những lý lẽ rất hợp lý để thuyết phục cô ấy không nên đi.

Gregor escuchó con mucha atención sus razonamientos.

Gregor lắng nghe rất chăm chú những lời lý giải của họ.

Y él aceptó el razonamiento tanto como su madre.

Và anh ta cũng chấp nhận lý lẽ đó giống như mẹ mình.

Pero más tarde hubo que retenerla por la fuerza.

Tuy nhiên, sau đó, cô ấy đã phải bị giữ lại bằng vũ lực.

"¡Déjame entrar con Gregor, es mi desdichado hijo!"

"Cho tôi vào gặp Gregor, nó là con trai bất hạnh của tôi!"

-¿No entiendes que tengo que ir a verlo?

"Anh không hiểu là tôi phải đi gặp anh ấy sao?"

Gregor también se dejó convencer por los argumentos de su madre.

Gregor cũng bị thuyết phục bởi những lời lẽ của mẹ mình.

Quizás tenía razón: sería bueno que entrara.

Có lẽ cô ấy nói đúng; sẽ tốt hơn nếu cô ấy đến đây.

Venir a verlo todos los días sería demasiado.

Việc đến gặp anh ấy mỗi ngày sẽ là quá sức.

Pero verlo una vez a la semana podría ser suficiente.

Nhưng gặp anh ấy khoảng một lần một tuần có lẽ là đủ rồi.

Ella podría entender las cosas mucho mejor que la hermana.

Có lẽ cô ấy hiểu mọi việc tốt hơn nhiều so với người chị gái.

A pesar de todo su coraje, ella todavía era sólo una niña.

Dù rất dũng cảm, cô bé vẫn chỉ là một đứa trẻ.

Quizás la imprudencia infantil la impulsó a aceptar esa tarea.

Có lẽ sự liều lĩnh trẻ con đã khiến cô ấy nhận nhiệm vụ đó.

Pero el deseo de Gregor de ver a su madre pronto se hizo realidad.

Nhưng ước muốn được gặp mẹ của Gregor chẳng mấy chốc đã thành hiện thực.

Durante el día Gregor se mantenía alejado de la ventana.

Ban ngày Gregor tránh xa cửa sổ.

Lo hizo por consideración a sus padres.

Anh ấy làm vậy vì tôn trọng cha mẹ mình.

No tenía mucho espacio para arrastrarse por el suelo.

Cậu bé không có nhiều không gian để bò trên sàn nhà.

Le resultaba difícil permanecer quieto durante la noche.

Anh ấy cảm thấy khó nằm yên suốt đêm.

Comer ya no le producía el más mínimo placer.

Việc ăn uống không còn mang lại cho anh ta chút niềm vui nào nữa.

Por supuesto que tenía que encontrar alguna manera de distraerse.

Dĩ nhiên anh ta phải tìm cách nào đó để xao nhãng bản thân.

Para entretenerse se arrastraba por las paredes.

Để giải trí, cậu ta bò lên bò xuống các bức tường.

Y tamb7ién se arrastró por el techo, boca abajo.

Và anh ta còn bò dọc theo trần nhà, trong tư thế lộn ngược.

Estaba especialmente feliz cuando colgaba del techo.

Anh ấy đặc biệt vui vẻ khi được treo lơ lửng trên trần nhà.

Fue completamente diferente a estar tendido en el suelo.

Nó hoàn toàn khác so với việc nằm trên sàn nhà.

Le resultó mucho más fácil respirar en esta posición.

Anh ấy thấy dễ thở hơn nhiều ở tư thế này.

Una ligera pero agradable vibración recorrió su cuerpo.

Một cảm giác rung nhẹ nhưng dễ chịu lan tỏa khắp cơ thể anh.

A veces incluso se relajaba demasiado en su felicidad.

Đôi khi, anh ấy thậm chí còn quá đắm chìm trong niềm hạnh phúc của mình.

A veces se distraía y se soltaba del techo.

Đôi khi anh ấy bị phân tâm và buông tay khỏi trần nhà.

Y para su propia sorpresa, aterrizó de nuevo en el suelo.

Và chính anh ta cũng ngạc nhiên khi đáp xuống đất.

Pero tenía mucho mejor control de su cuerpo que antes.

Nhưng anh ấy đã kiểm soát cơ thể mình tốt hơn nhiều so với trước đây.

Para que ahora no se haga daño con caídas tan fuertes.

Vì vậy, anh ấy không bị thương nặng sau những cú ngã lớn như vậy.

La hermana notó inmediatamente el nuevo placer de Gregor.

Cô em gái lập tức nhận thấy niềm vui mới của Gregor.

Y había restos de adhesivo donde se había arrastrado.

Và có dấu vết keo dính ở nơi cậu bé đã bò qua.

Aquí nuevamente la hermana pensó en el bienestar de Gregor.

Lúc này, người chị lại nghĩ đến sức khỏe của Gregor.

Quizás apreciaría más espacio para gatear.

Có lẽ cậu ấy sẽ thích có nhiều không gian hơn để bò trườn.

Y la idea se instaló firmemente en su cabeza.

Và ý nghĩ đó đã ăn sâu vào tâm trí cô.

Algunos de los muebles de gran tamaño impedían su libre movimiento.

Một số đồ nội thất lớn đã cản trở sự di chuyển tự do của anh ấy.

Ya no trabajaba así que no necesitaba el escritorio.

Ông ấy không còn đi làm nữa nên không cần đến cái bàn đó.

Y la caja ocupaba más espacio del necesario. ***

Và chiếc hộp đó cũng chiếm nhiều diện tích hơn mức cần thiết. ***

La hermana no era capaz de mover estas cosas sola.

Người chị không thể tự mình di chuyển những đồ đạc này.

Por supuesto que no se atrevió a pedirle ayuda al padre.

Dĩ nhiên là cô ấy không dám nhờ cha giúp đỡ.

La criada seguramente tampoco la habría ayudado.

Người hầu gái chắc chắn cũng sẽ không giúp cô ấy.

La nueva criada era de hecho un año más joven que ella.

Thực tế, người giúp việc mới lại trẻ hơn cô ấy một tuổi.

Ella había asumido valientemente el papel de ex sirvienta.

Cô ấy đã dũng cảm đảm nhận lại vai trò của người hầu gái trước đây.

Pero había un privilegio que ella insistía en tener.

Nhưng có một đặc quyền mà bà ấy nhất quyết đòi hỏi.

Ella quería mantener la cocina cerrada en todo momento.

Cô ấy muốn khóa cửa nhà bếp mọi lúc.

Así que la hermana no tuvo más remedio que preguntarle a su madre.

Vì vậy, người chị không còn cách nào khác ngoài việc hỏi ý kiến mẹ.

Con gritos de emocionada alegría la madre acudió a ayudar.

Với những tiếng reo vui sướng, người mẹ đã chạy đến giúp.

Pero ella se quedó en silencio en la puerta de la habitación de Gregor.

Nhưng nàng im lặng đứng trước cửa phòng Gregor.

La hermana comprobó que todo en la habitación estuviera bien.

Người chị gái kiểm tra xem mọi thứ trong phòng có ổn không.

Gregor había tirado apresuradamente la sábana aún más fuerte.

Gregor vội vàng kéo tấm ga trải giường chặt hơn nữa.

Aunque la sábana todavía parecía colocada al azar.

Mặc dù tấm ga trải giường vẫn được sắp xếp một cách ngẫu nhiên.

Y sólo entonces dejó que su madre entrara en la habitación.

Và chỉ khi đó cô mới cho phép mẹ mình vào phòng.

Gregor también se abstuvo de espiar desde debajo de la sábana.

Gregor cũng không lén nhìn trộm từ dưới tấm chăn.

Decidió no volver a ver a su madre esta vez.

Lần này anh quyết định không gặp mẹ.

Gregor estaba muy contento de que ella hubiera entrado.

Gregor đã khá vui vì cô ấy đã đến.

"Pasa, no puedes verlo", dijo la hermana.

"Vào đi, em không nhìn thấy anh ấy đâu," người chị nói.

Gregor supuso que ella llevaba a su madre de la mano.

Gregor cho rằng cô bé đang nắm tay mẹ mình dẫn đi.

Entonces escuchó a las dos mujeres débiles moviendo los muebles.

Rồi ông nghe thấy hai người phụ nữ yếu ớt đang di chuyển đồ đạc.

La hermana parecía reclamar la mayor parte del trabajo para ella misma.

Có vẻ như người chị gái đã nhận hầu hết công việc về mình.

Su madre temía que se esforzara demasiado.

Mẹ cô lo sợ cô sẽ làm việc quá sức.

Pero la hermana no hizo caso a estas advertencias.

Nhưng người chị gái chẳng hề để ý đến những lời cảnh báo đó.

Pero incluso después de quince minutos el progreso era muy lento.

Nhưng ngay cả sau mười lăm phút, tiến độ vẫn rất chậm.

No habían conseguido mover los muebles muy lejos.

Họ đã không thể di chuyển đồ đạc đi được xa.

Poco a poco empezaron a sentir una sensación de derrota.

Họ dần dần bắt đầu cảm thấy thất bại.

La madre fue la primera en admitir la inutilidad.

Người mẹ là người đầu tiên thừa nhận sự vô ích của việc đó.

"Quizás sería mejor dejar la caja aquí."

"Có lẽ nên để chiếc hộp ở đây thì tốt hơn."

"La caja es demasiado pesada para que podamos moverla mucho más lejos".

"Chiếc thùng quá nặng nên chúng tôi không thể di chuyển thêm được nữa."

"Y no terminaremos antes de que llegue tu padre."

"Và chúng ta sẽ không kết thúc trước khi bố cậu đến."

Dejar la caja aquí le bloquearía aún más el camino.

"Để chiếc hộp ở đây sẽ càng cản trở đường đi của anh ấy hơn nữa."

"¿Y podemos estar seguros de que le estamos haciendo un favor?"

"Và liệu chúng ta có thể chắc chắn rằng mình đang giúp đỡ anh ấy không?"

Comenzaron a pensar que bien podría ser cierto lo opuesto.

Họ bắt đầu nghĩ rằng điều ngược lại rất có thể là sự thật.

La visión de la pared vacía pesó mucho en su corazón.

Cảnh tượng bức tường trống trơn khiến lòng cô nặng trĩu.

¿Quién diría que Gregor no se sentiría así también?

Ai dám chắc Gregor lại không cảm thấy như vậy?

"Ya está acostumbrado a los muebles de su habitación."

"Cậu ấy đã quen với đồ đạc trong phòng rồi."

"Podría sentirse aún más abandonado en una habitación vacía".

"Anh ấy có thể cảm thấy bị bỏ rơi hơn nữa trong một căn phòng trống."

Para entonces su voz se había reducido casi a un susurro.

Lúc này giọng cô ấy gần như đã hạ xuống thành tiếng thì thầm.

En realidad no sabía el paradero exacto de Gregor.

Thực ra, cô ấy không hề biết chính xác Gregor đang ở đâu.

Ella no quería ni siquiera que él escuchara el sonido de su voz.

Cô ấy thậm chí không muốn anh ta nghe thấy giọng nói của mình.

Aunque ella estaba segura de que él no la entendía.

Mặc dù cô chắc chắn rằng anh ấy không hiểu cô.

"¿No parecería como si lo hubiéramos abandonado por completo?"

"Chẳng phải điều đó giống như chúng ta đã hoàn toàn từ bỏ hy vọng vào anh ấy sao?"

"¿No sentirá que lo estamos dejando solo?"

"Chẳng phải anh ấy sẽ cảm thấy như chúng ta đang bỏ mặc anh ấy tự xoay xở sao?"

"Deberíamos dejar la habitación exactamente como estaba".

"Chúng ta nên trả lại căn phòng y hệt như lúc ban đầu."

"Al final Gregor volverá con nosotros como antes."

"Cuối cùng Gregor sẽ trở lại với chúng ta như trước kia."

"Entonces encontrará que todo sigue en su lugar."

"Rồi ông ấy sẽ thấy mọi thứ vẫn còn nguyên vẹn như cũ."

"Y olvidará mucho más fácilmente el período interino".

"Và anh ấy sẽ dễ dàng quên đi giai đoạn chuyển tiếp đó hơn."

Cuando Gregor escuchó estas palabras se dio cuenta de algo.

Khi Gregor nghe những lời này, anh ta nhận ra điều gì đó.

Su mente se había vuelto confusa durante los últimos dos meses.

Trong hai tháng qua, đầu óc anh ta trở nên rối bời.

La falta de interacción humana no había sido buena para él.

Việc thiếu tương tác với người khác đã không tốt cho anh ấy.

Realmente necesitaba la vida monótona en medio de su familia.

Anh ấy thực sự cần cuộc sống đơn điệu bên gia đình mình.

¿Por qué si no habría hecho una exigencia tan absurda?

Nếu không thì tại sao anh ta lại đưa ra một yêu cầu vô lý như vậy?

¿Qué sentido tenía vaciar su habitación?

Việc dọn sạch phòng của anh ta thì có ý nghĩa gì chứ?

La cómoda habitación amueblada con muebles heredados.

Căn phòng thoải mái được trang bị nội thất thừa kế.

¿Por qué querría convertir ese calor conocido en una cueva?

Tại sao anh ta lại muốn biến nơi ấm áp quen thuộc này thành một hang động?

Una cueva donde poder arrastrarse en todas direcciones en paz.

Một hang động nơi anh ta có thể thoải mái bò trườn theo mọi hướng.

Pero una cueva en la que olvidó rápidamente su pasado humano.

Nhưng đó là một hang động nơi anh ta nhanh chóng quên đi quá khứ con người của mình.

Tuvo que preguntarse si ya estaba cerca de olvidar.

Anh tự hỏi liệu mình đã sắp quên mất điều đó hay chưa.

La voz de su madre lo había sacudido y lo había hecho recordar.

Giọng nói của mẹ anh đã khiến anh nhớ lại.

La voz que no había oído durante tanto tiempo.

Đó là giọng nói mà anh đã không được nghe trong một thời gian dài.

No había que quitar nada, todo tenía que quedar.

Không được phép dỡ bỏ bất cứ thứ gì; mọi thứ đều phải được giữ nguyên.

Los muebles influyeron positivamente en su condición.

Đồ nội thất đã có tác động tích cực đến tình trạng sức khỏe của anh ấy.

Y no podría vivir sin este ancla en el pasado.

Và anh ấy không thể sống thiếu đi điểm tựa từ quá khứ này.

Los muebles impedían que se arrastrara sin sentido.

Đồ đạc đã ngăn cản việc anh ta bò lê một cách vô nghĩa.

Pero eso no fue una pérdida, sino más bien una gran ventaja.

Nhưng đó không phải là một mất mát; ngược lại, đó là một lợi thế lớn.

Lamentablemente la hermana tenía una opinión muy diferente.

Thật không may, người chị lại có ý kiến hoàn toàn khác.

Ella se había convertido en una especie de portavoz de Gregor.

Cô ấy phần nào trở thành người phát ngôn cho Gregor.

Por supuesto que su opinión no era del todo injustificada.

Dĩ nhiên, ý kiến của cô ấy không hoàn toàn vô căn cứ.

Pero aquí la opinión de su madre tuvo que ser contradicha.

Nhưng ý kiến của mẹ cô ấy cần phải được phản bác ở đây.

Ahora no era solo la caja la que había que retirar.

Không chỉ có chiếc hộp cần phải được dỡ bỏ.

Ni su escritorio ni el armario podían permanecer allí.

Bàn làm việc và tủ quần áo của ông ấy cũng không thể giữ lại được.

Lo único imprescindible era el sofá.

Thứ duy nhất không thể thiếu là chiếc ghế sofa.

Ella no decidió esto sólo por desafío infantil.

Cô ấy không quyết định như vậy chỉ vì sự ương bướng trẻ con.

Tampoco fue su recientemente adquirida confianza en sí misma.

Đó cũng không phải là sự tự tin mà cô ấy mới có được gần đây.

La nueva confianza que tuvo que trabajar muy duro para ganar.

Cô ấy có thêm sự tự tin để nỗ lực hết mình giành chiến thắng.

Aunque nadie esperaba que ella pudiera hacerlo.

Mặc dù không ai ngờ cô ấy có thể làm được điều đó.

Gregor realmente necesitaba mucho espacio para gatear.

Gregor quả thực cần rất nhiều không gian để bò.

Los muebles sólo limitaban el espacio del que disponía.

Đồ đạc chỉ giới hạn không gian mà anh ấy có thể sử dụng.

Ella podía ver estas cosas mejor que la madre.

Cô ấy có khả năng nhìn nhận những điều này tốt hơn người mẹ.

Pero quizá su espíritu romántico también jugó un papel.

Nhưng có lẽ tinh thần lãng mạn của cô ấy cũng đóng một vai trò nhất định.

Las niñas de esa edad suelen desarrollar cierto entusiasmo.

Các cô gái ở độ tuổi đó thường có một sự nhiệt tình nhất định.

Y sienten la necesidad de salirse con la suya siempre que pueden.

Và họ luôn cảm thấy cần phải đạt được điều mình muốn bất cứ khi nào có thể.

Quizás por eso quería sabotearlo en secreto.

Có lẽ đó là lý do tại sao cô ấy muốn bí mật phá hoại kế hoạch của anh ta.

Es aún más aterrador cuando se arrastra por las paredes.

Hắn ta còn đáng sợ hơn khi bò trên tường.

Los padres ya no se atrevían a entrar en la habitación.

Cha mẹ không còn dám bước vào phòng nữa.

Ella realmente sería la única cuidadora de su hermano.

Cô ấy sẽ thực sự là người chăm sóc duy nhất cho em trai mình.

Ella no dejó que su madre la persuadiera de lo contrario.

Cô ấy không để mẹ mình thuyết phục mình làm điều khác đi.

La madre de Gregor ya se sentía incómoda en la habitación.

Mẹ của Gregor đã cảm thấy bất an trong phòng.

Pronto dejó de hablar y ayudó nuevamente a su hija.

Cô ấy nhanh chóng ngừng nói và lại giúp đỡ con gái mình.

Con las fuerzas que les quedaban retiraron el armario.

Với chút sức lực còn lại, họ đã khiêng được chiếc tủ quần áo.

La cómoda era algo de lo que podía prescindir.

Chiếc tủ ngăn kéo là thứ mà anh ta có thể sống thiếu.
Pero el escritorio tendría que quedarse allí por el momento.
Nhưng chiếc bàn tạm thời vẫn phải ở đó.
Mientras las mujeres estaban ausentes, trató de evaluar la habitación.
Trong lúc những người phụ nữ rời đi, anh ta cố gắng quan sát căn phòng.
Y Gregor asomó la cabeza por debajo del sofá.
Và Gregor thò đầu ra từ dưới ghế sofa.
Tenía que ver qué podía hacer con la situación.
Anh ta phải xem mình có thể làm gì để giải quyết tình huống này.
Pero fue lo más cuidadoso y considerado posible.
Nhưng ông ấy đã cẩn thận và chu đáo hết mức có thể.
Desgraciadamente fue la madre quien regresó primero.
Thật không may, người mẹ là người trở về trước.
Grete todavía estaba moviendo el armario en la habitación de al lado.
Grete vẫn đang di chuyển chiếc tủ quần áo ở phòng bên cạnh.
Pero la madre no estaba acostumbrada a ver a Gregor.
Nhưng người mẹ không quen nhìn thấy Gregor.
Incluso un simple vistazo a él podría haberla enfermado.
Chỉ cần thoáng nhìn thấy anh ta thôi cũng đủ khiến cô ấy phát ốm.
Gregor se apresuró a retroceder hasta el otro extremo del sofá.
Gregor vội vã lùi về phía cuối ghế sofa.
Pero no podía retroceder y equilibrar la sábana.
Nhưng anh ta không thể lùi lại và giữ cho tấm ga trải giường cân bằng.
El movimiento fue suficiente para llamar la atención de la madre.
Cử động đó đủ để thu hút sự chú ý của người mẹ.
Ella hizo una pausa y se quedó muy quieta por un breve momento.
Cô ấy dừng lại và đứng im trong giây lát.
Luego se dio la vuelta y salió de la habitación.

Sau đó, cô quay người và đi ra khỏi phòng.

Gregor seguía diciéndose a sí mismo que no había ocurrido nada inusual.

Gregor cứ tự nhủ với mình rằng không có chuyện gì bất thường xảy ra.

"Son sólo algunos muebles que se han llevado".

"Chỉ là một số đồ đạc bị dọn đi thôi."

Pero pronto tuvo que admitir que los acontecimientos le afectaron.

Nhưng chẳng mấy chốc ông phải thừa nhận rằng những sự kiện đó đã ảnh hưởng đến mình.

Las mujeres habían estado diciendo todo lo que estaban haciendo.

Những người phụ nữ ấy đã kể hết mọi việc họ đang làm.

Habían estado caminando de un lado a otro por la habitación.

Họ đã đi đi lại lại trong phòng.

El rayado de todos los muebles en el suelo.

Tiếng cọ xát của tất cả đồ đạc trên sàn nhà.

Se sentía como si lo atacaran desde todos lados.

Anh ta cảm thấy như mình đang bị tấn công từ mọi phía.

Apretó la cabeza y las piernas lo más fuerte que pudo.

Anh ta co đầu và chân lại hết mức có thể.

Con todas sus fuerzas presionó su cuerpo contra el suelo.

Anh ta dồn hết sức lực ép người xuống đất.

Sabía que no podría soportar todo esto por mucho más tiempo.

Anh ấy biết mình không thể chịu đựng tất cả những điều này lâu hơn nữa.

Vaciaron su habitación y se llevaron todo lo que amaba.

Họ dọn sạch phòng anh ấy và lấy đi tất cả những thứ anh ấy yêu quý.

Ya se habían llevado la caja que contenía todas sus herramientas.

Họ đã lấy mất chiếc hộp đựng tất cả dụng cụ của anh ta rồi.

Ahora estaban aflojando su pesado escritorio del suelo.

Lúc này họ đang nới lỏng chiếc bàn nặng trịch của ông ta khỏi mặt đất.

El escritorio en el que había trabajado después de regresar del trabajo.

Chiếc bàn mà anh ấy đã làm việc sau khi tan sở.

El escritorio en el que había escrito sus tareas comerciales.

Chiếc bàn mà anh ấy dùng để viết các bài tập kinh doanh.

El escritorio en el que había hecho sus deberes en la escuela secundaria.

Chiếc bàn mà anh ấy đã dùng để làm bài tập về nhà hồi trung học.

Sí, ya había tenido este pupitre en la escuela primaria.

Đúng vậy, anh ấy đã có chiếc bàn này từ hồi tiểu học rồi.

Realmente no tuvo tiempo de confirmar sus buenas intenciones.

Ông ấy thực sự không có thời gian để xác nhận thiện chí của họ.

Aunque ya casi había olvidado que estaban allí.

Mặc dù anh ta gần như đã quên mất sự hiện diện của họ.

Porque trabajaban en silencio, por el cansancio.

Vì kiệt sức nên họ làm việc trong im lặng.

Estaban demasiado cansados para anunciar sus movimientos ahora.

Họ quá mệt mỏi để thông báo về hành tung của mình lúc này.

Lo único que oyó fueron sus pesados pasos en el suelo.

Tất cả những gì anh nghe thấy chỉ là tiếng bước chân nặng nề của họ trên sàn nhà.

Justo en ese momento estaban apoyados sobre la caja.

Đúng lúc đó, họ đang dựa vào chiếc hộp.

Y entonces Gregor salió de debajo del sofá.

Và đó là lúc Gregor chui ra từ gầm ghế sofa.

Cambió la dirección en la que corría cuatro veces.

Anh ta đã thay đổi hướng chạy tới bốn lần.

No podía decidir qué elemento debía salvarse primero.

Anh ấy không thể quyết định món đồ nào cần được cứu trước.

De repente su atención se dirigió a la pared vacía.

Đột nhiên, sự chú ý của anh ta hướng về bức tường trống.

Lo único que le quedó fue la fotografía de la dama con pieles.

Tất cả những gì họ để lại cho anh ta chỉ là bức ảnh người phụ nữ mặc áo lông thú.

Se arrastró hasta la imagen para presionar su cuerpo contra el de ella.

Anh ta bò đến gần bức tranh và áp sát người vào cô ấy.

Y su cuerpo cubrió completamente la vista de la imagen.

Và toàn bộ cơ thể anh ta che khuất khung hình.

El vaso lo sostuvo y reconfortó su vientre caliente.

Chiếc ly nâng đỡ anh ta và làm dịu cơn nóng trong bụng.

Esta fotografía ya no se la pudieron quitar.

Không thể lấy lại bức ảnh này từ anh ấy nữa.

Luego giró la cabeza hacia la puerta de la sala de estar.

Sau đó, anh ta quay đầu về phía cửa phòng khách.

Iba a observar mientras las mujeres regresaban a la habitación.

Anh ta định quan sát khi những người phụ nữ quay trở lại phòng.

Y no descansaron mucho antes de regresar nuevamente.

Và họ không nghỉ ngơi lâu trước khi quay trở lại.

El brazo de Grete rodeaba a su madre para ayudarla a caminar.

Grete vòng tay qua người mẹ để giúp mẹ đi lại.

"¿Qué nos llevamos ahora?" dijo Grete y miró a su alrededor.

"Giờ chúng ta nên lấy gì đây?" Grete nói và nhìn quanh.

Justo en ese momento su mirada se encontró con los ojos de Gregor.

Đúng lúc đó, ánh mắt cô chạm phải ánh mắt của Gregor.

A pesar del shock, mantuvo la presencia de ánimo.

Mặc dù bị sốc, cô ấy vẫn giữ được sự bình tĩnh.

Probablemente sólo por la presencia de su madre.

Có lẽ chỉ vì sự hiện diện của mẹ cô ấy.

Ella inclinó su rostro hacia su madre, cubriéndole la vista.

Cô bé cúi mặt về phía mẹ, che khuất tầm nhìn của bà.

Y entonces dijo, aunque temblorosa y desconsiderada:

Rồi cô ấy nói, giọng run run và thiếu suy nghĩ:

-Vamos, ¿no deberíamos volver a la sala de estar?

"Thôi nào, chúng ta quay lại phòng khách thôi chứ?"

Gregor podía comprender fácilmente las intenciones de la hermana.

Gregor dễ dàng hiểu được ý định của người chị.

Su primera prioridad fue poner a su madre a salvo.

Ưu tiên hàng đầu của cô là đưa mẹ mình đến nơi an toàn.

Pero luego ella iba a perseguirlo desde la pared.

Nhưng rồi cô ấy định đuổi theo anh ta từ trên tường xuống.

«¡Pues claro que puede intentarlo!», pensó Gregor para sus adentros.

"Chắc chắn cô ấy có thể thử!" Gregor nghĩ thầm.

Se sentó firmemente sobre su imagen y no renunció a ella.

Ông ta ngồi vững trên bức tranh của mình và không chịu buông ra.

Preferiría haberle saltado en la cara a la hermana.

Hắn thà nhảy bổ vào mặt người em gái hơn.

Pero las palabras de Grete preocuparon aún más a su madre.

Nhưng những lời của Grete lại khiến mẹ cô lo lắng hơn nữa.

Ella se hizo a un lado para ver lo que le ocultaban.

Cô bước sang một bên để xem điều gì đang bị giấu kín.

Y vio la mancha marrón en el papel pintado floreado.

Và cô ấy nhìn thấy vết ố màu nâu trên giấy dán tường có hoa văn.

Y ella gritó antes de darse cuenta de que era Gregor.

Và cô ấy hét lên trước cả khi nhận ra đó là Gregor.

"Oh Dios", gritó con los brazos extendidos.

"Ôi Chúa ơi!", cô ấy hét lên, hai tay dang rộng.

Y ella se dejó caer en el sofá como si se hubiera rendido.

Và cô ấy ngã vật xuống ghế sofa như thể đã bỏ cuộc.

—¡Gregor! —gritó la hermana levantando el puño.

"Gregor!" người chị hét lên với nắm đấm giơ cao.

Y ella le dirigió una mirada larga, dura y penetrante.

Và cô ấy nhìn anh ta chằm chằm, sắc lạnh và thấu suốt.

Esta era la primera vez que hablaba con él directamente.

Đây là lần đầu tiên cô ấy nói chuyện trực tiếp với anh ấy.

Corrió a la habitación de al lado para conseguir algunas sales aromáticas.

Cô ấy chạy vào phòng bên cạnh để lấy thuốc trợ tim.

Tenía que devolverle la conciencia a su madre.

Cô ấy phải làm cho mẹ mình tỉnh lại.

Gregor quería ayudar, podría salvar la imagen más tarde.

Gregor muốn giúp, cậu ấy có thể lưu bức ảnh sau.

Pero él se había quedado firmemente pegado al cristal.

Nhưng anh ta đã bị mắc kẹt cứng vào tấm kính.

Entonces tuvo que apartarse usando mucha fuerza.

Vì vậy, anh ta phải dùng rất nhiều sức để gỡ mình ra.

Él también corrió a la habitación de al lado, donde estaba la hermana.

Anh ta cũng chạy vào phòng kế bên, nơi người chị đang ở.

En el pasado podría haberle dado algún consejo.

Ngày xưa, ông ấy có thể đã cho cô ấy vài lời khuyên.

Pero ahora no podía hacer nada más que quedarse de brazos cruzados y observar.

Nhưng giờ đây anh ta chẳng thể làm gì ngoài việc đứng nhìn một cách bất lực.

Revolvió el cajón y abrió varias botellas.

Cô lục lọi trong ngăn kéo, mở nhiều chai lọ khác nhau.

Y todavía la asustó cuando ella se dio la vuelta.

Và anh ta vẫn làm cô sợ hãi mỗi khi cô quay người lại.

Una botella cayó al suelo, se rompió y se astilló.

Một cái chai rơi xuống sàn, vỡ tan thành từng mảnh.

Una astilla de vidrio golpeó la cara de Gregor y lo hirió.

Một mảnh kính vỡ bắn trúng mặt Gregor và làm anh bị thương.

La botella contenía algún tipo de líquido cáustico.

Chiếc chai đó chứa một loại chất lỏng ăn mòn nào đó.

Y ahora el líquido corrosivo quemaba la cara de Gregor.

Và lúc này, chất lỏng ăn mòn đang thiêu đốt khuôn mặt của Gregor.

Sin embargo, la hermana no tenía tiempo para Gregor en ese momento.

Tuy nhiên, người chị gái không có thời gian để dành cho Gregor lúc này.

Ella recogió tantas botellas como pudo.

Cô ấy nhặt càng nhiều chai càng tốt.

Y ella corrió de nuevo hacia su madre con la medicina.

Rồi cô bé chạy về phía mẹ với thuốc.

Ella cerró la puerta con el pie, dejando afuera a Gregor.

Cô ta dùng chân đóng sầm cửa, ngăn Gregor ở bên ngoài.

Ahora estaba separado de su madre, que estaba potencialmente moribunda.

Giờ đây, anh ta bị chia cắt khỏi người mẹ đang hấp hối của mình.

Si abriera la puerta, echaría a la hermana.

Nếu anh ta mở cửa, anh ta sẽ đuổi người em gái đi.

Pero por supuesto tuvo que quedarse para cuidar a la madre.

Nhưng dĩ nhiên cô ấy phải ở lại để chăm sóc người mẹ.

Ya no podía hacer nada más que esperarlos.

Giờ anh ta chẳng còn cách nào khác ngoài chờ đợi họ.

Acosado por el autorreproche y la ansiedad, comenzó a gatear.

Bị dày vò bởi sự tự trách móc và lo lắng, anh ta bắt đầu bò.

Se arrastró por todas partes: las paredes, los muebles, el techo.

Nó bò khắp mọi nơi; tường, đồ đạc, trần nhà.

Sintió como si toda la habitación girara a su alrededor.

Anh ta cảm thấy như cả căn phòng đang quay cuồng xung quanh mình.

Finalmente, desesperado y mareado, volvió a caer.

Cuối cùng, trong tuyệt vọng và chóng mặt, anh ta ngã xuống.

Y cayó justo encima de la gran mesa del comedor.

Và anh ta ngã ngay lên chiếc bàn ăn lớn.

Pasó algún tiempo tendido allí, entumecido e incapaz de moverse.

Anh ta nằm đó một lúc lâu, tê liệt và không thể cử động.

Estaba exhausto por todo lo que el día le había traído.

Anh ấy kiệt sức vì tất cả những gì mà ngày hôm nay đã mang đến cho anh ấy.

Todo estaba tranquilo, pero tal vez eso era una buena señal.

Mọi thứ xung quanh đều yên tĩnh, nhưng có lẽ đó là một dấu hiệu tốt.

Entonces, rompiendo el silencio, sonó el timbre de la puerta de afuera.

Rồi, phá tan sự im lặng, tiếng chuông cửa bên ngoài reo lên.

La criada, por supuesto, se había encerrado en su cocina.

Dĩ nhiên, người hầu gái đã tự nhốt mình trong bếp.

Así que la hermana era la única que podía abrir la puerta.

Vậy nên người chị là người duy nhất có thể mở cửa.

"¿Qué pasó?" fue lo primero que preguntó el padre.

"Chuyện gì đã xảy ra vậy?" là câu hỏi đầu tiên người cha hỏi.

La aparición de Grete probablemente le había dicho todo.

Vẻ ngoài của Grete có lẽ đã nói cho anh ta biết tất cả.

La voz de Grete se volvió apagada y apagada mientras hablaba.

Giọng Grete trở nên nhỏ dần và trầm đục khi cô ấy nói.

Ella debió haber presionado su cara contra el pecho de su padre.

Chắc hẳn cô bé đã áp mặt vào ngực cha mình.

"La madre estaba inconsciente, pero ahora se siente mejor".

"Mẹ tôi đã bất tỉnh, nhưng giờ bà ấy đã cảm thấy tốt hơn rồi."

—Gregor ha escapado —añadió, tal como él esperaba.

"Gregor đã trốn thoát," cô ấy nói thêm, điều mà anh ta đã đoán trước.

"Siempre te dije que algún día se escaparía."

"Tôi vẫn luôn nói với anh rằng một ngày nào đó hắn sẽ trốn thoát."

—Pero vosotras, las mujeres, no quisisteis escucharme, ¿verdad?

"Nhưng các bà không chịu nghe lời tôi, phải không?"

Gregor se dio cuenta rápidamente de cómo vería las cosas su padre.

Gregor nhanh chóng nhận ra cha mình sẽ nhìn nhận mọi việc như thế nào.

Había malinterpretado el mensaje demasiado breve de Grete.

Anh ta đã hiểu sai thông điệp quá ngắn gọn của Grete.

Supuso que Gregor había cometido algún acto de violencia.

Ông ta cho rằng Gregor đã phạm phải một hành vi bạo lực nào đó.

Gregor tenía que encontrar una manera de apaciguar a su padre de alguna manera.

Gregor phải tìm cách làm hài lòng cha mình bằng mọi giá.

Porque no tuvo tiempo de explicarle las cosas.

Vì anh ấy không có thời gian để giải thích mọi việc cho anh ấy hiểu.

Pero de todos modos no habría podido explicar las cosas.

Nhưng dù sao thì ông ấy cũng không thể giải thích được mọi chuyện.

Entonces huyó hacia la puerta y se pegó a ella.

Vì vậy, anh ta vội chạy đến cửa và nép sát vào cửa.

De esa manera su padre podría verlo desde la antesala.

Như vậy, bố anh có thể nhìn thấy anh từ phòng chờ.

Y podría ver que tenía las mejores intenciones.

Và anh ấy sẽ nhận ra rằng mình có ý định tốt.

No había necesidad de empujarlo con una escoba.

Không cần thiết phải dùng chổi đẩy anh ta lùi lại.

Lo único que el padre habría tenido que hacer era abrir la puerta.

Người cha chỉ cần mở cửa là xong.

Pero él no estaba de humor para notar tales sutilezas.

Nhưng anh ta không có tâm trạng để ý đến những chi tiết nhỏ nhặt đó.

"¡Ahí estás!" exclamó nada más entrar.

"Cuối cùng thì cậu cũng đến rồi!" anh ta reo lên ngay khi bước vào.

Era como si estuviera enojado y feliz al mismo tiempo.

Dường như anh ta vừa tức giận vừa vui mừng cùng một lúc.

Echó la cabeza hacia atrás y miró al padre.

Anh ta rụt đầu lại và nhìn lên người cha.

No se había imaginado que su padre estuviera allí así.

Anh ấy không hề tưởng tượng bố mình lại đứng đó như thế này.

Pero en los últimos tiempos había encontrado una nueva distracción.

Nhưng gần đây, anh ấy đã tìm thấy một thú vui mới.

Gatear ahora ocupaba gran parte de su día.

Việc bò trườn chiếm phần lớn thời gian trong ngày của cậu bé.

Antes, él estaba al tanto de todas las novedades que ocurrían en el apartamento.

Trước đây, anh ấy thường xuyên theo dõi mọi tin tức trong khu chung cư.

Pero últimamente no había estado prestando tanta atención.

Nhưng dạo gần đây anh ấy không để ý nhiều lắm.

Debería haber estado preparado para afrontar los cambios.

Lẽ ra ông ấy nên chuẩn bị tinh thần để đối mặt với những thay đổi.

Sin embargo, ¿era este hombre que tenía delante todavía el padre?

Tuy nhiên, người đàn ông trước mặt ông ta liệu vẫn còn là cha ruột của ông ta không?

¿Era él el mismo hombre que solía yacer cansado en su cama?

Liệu ông ấy có phải là người đàn ông từng nằm mệt mỏi trên giường như trước kia không?

Cuando Gregor ya se había ido de viaje de negocios.

Khi Gregor đã đi công tác.

¿Era él el mismo hombre que lo saludaba por las noches?

Liệu đó có phải là người đàn ông đã chào hỏi ông ấy mỗi tối không?

Cuando estaba en bata en su sillón.

Khi đó ông đang mặc áo choàng tắm và ngồi trên ghế bành.

¿Era el mismo hombre que no pudo levantarse a darle la bienvenida?

Liệu ông ta có phải là người đàn ông đã không thể đứng dậy để chào đón anh ấy không?

Entonces, permaneciendo sentado, levantó el brazo en señal de alegría.

Vì vậy, vẫn ngồi yên, anh ta giơ tay lên như một dấu hiệu của niềm vui.

¿Era el mismo hombre con el que salía a caminar de vez en cuando?

Liệu ông ta có phải là người đàn ông mà ông ta thỉnh thoảng đi dạo cùng không?

En raras ocasiones: algunos domingos al año o días festivos.

Trong những dịp hiếm hoi: một vài ngày Chủ nhật mỗi năm, hoặc các ngày lễ.

¿Era el mismo hombre que caminaba envuelto en su abrigo?

Liệu ông ta có phải là người đàn ông đã đi lại với chiếc áo khoác dài quen thuộc không?

¿Avanzó lentamente, entre la madre y él?

Liệu cậu bé có từ từ tiến về phía trước, giữa người mẹ và cậu?

Y ellos ya caminaban lentamente por causa de él.

Và vì có anh ta nên họ đã đi chậm lại.

Pero ahora este hombre estaba de pie, fuerte y erguido.

Nhưng giờ đây người đàn ông này đã đứng vững vàng và thẳng lưng.

Estaba vestido con un uniforme azul con botones dorados.

Ông ta mặc bộ đồng phục màu xanh dương với cúc áo màu vàng.

Botones que llevan los empleados de las instituciones bancarias.

Những chiếc cúc áo mà nhân viên của các tổ chức ngân hàng thường đeo.

Por encima del rígido cuello emergía su fuerte papada.

Phía trên chiếc cổ áo cứng nhắc, cằm hai ngấn của ông ta hiện ra.

Bajo sus pobladas cejas se asomaban sus ojos negros.

Dưới hàng lông mày rậm rạp, đôi mắt đen láy nhìn ra ngoài.

Ahora sus ojos parecían penetrantes, frescos y alertas.

Giờ đây, đôi mắt anh ta trông sắc sảo, tươi tỉnh và đầy cảnh giác.

El cabello blanco, anteriormente despeinado, fue peinado hacia abajo.

Mái tóc trắng trước đó rối bù giờ đã được chải gọn gàng.

Y su cabello ahora tenía una meticulosa raya central.

Và giờ đây, mái tóc của anh ta được chải chuốt tỉ mỉ theo đường rẽ ngôi giữa.

Arrojó su sombrero, que estaba adornado con un monograma dorado.

Ông ta ném chiếc mũ có gắn chữ lồng bằng vàng của mình xuống.

Probablemente era el monograma del banco en el que trabajaba.

Có lẽ đó là chữ viết tắt của ngân hàng nơi ông ấy làm việc.

Y el sombrero aterrizó en el sofá, para guardarlo más tarde.

Và chiếc mũ rơi xuống ghế sofa, để cất đi sau.

Empujó hacia atrás la parte inferior de la larga chaqueta del uniforme.

Anh ta vén vạt áo khoác dài đồng phục lên.

Y metió los pulgares en los bolsillos de sus pantalones.

Và anh ta đút ngón tay cái vào túi quần.

Y luego, con cara sombría, caminó hacia Gregor.

Rồi với vẻ mặt nghiêm nghị, anh ta bước về phía Gregor.

Probablemente ni siquiera sabía lo que planeaba hacer.

Có lẽ chính anh ta cũng không biết mình định làm gì.

Pero aún así levantó los pies inusualmente alto.

Tuy nhiên, anh ta vẫn nhấc chân lên cao một cách bất thường.

Gregor estaba asombrado por el enorme tamaño de sus botas.

Gregor kinh ngạc trước kích thước khổng lồ của đôi ủng.

Pero realmente no había tiempo para maravillarse con sus zapatos.

Nhưng thực sự không có thời gian để trầm trồ trước đôi giày của anh ấy.

El padre había decidido aplicar una disciplina muy estricta.

Người cha đã quyết định áp dụng kỷ luật rất nghiêm khắc.

Para Gregor sólo era apropiada la mayor severidad.

Chỉ có hình phạt nghiêm khắc nhất mới thích hợp dành cho Gregor.

Él lo sabía desde el primer día de su transformación.

Anh ta đã biết điều này ngay từ ngày đầu tiên quá trình biến đổi của mình diễn ra.

Corrió hacia su padre y se detuvo cuando él se detuvo.

Cậu bé chạy đến chỗ cha mình và dừng lại khi cha cậu cũng dừng lại.

Corrió hacia él nuevamente cuando se movió de nuevo.

Hắn lại vội vã chạy về phía anh ta khi anh ta cử động lần nữa.

El padre se detuvo un momento y Gregor también.

Người cha dừng lại một lát, và Gregor cũng vậy.

Y corrió hacia adelante nuevamente tan pronto como su padre se movió.

Và cậu ta lại lao về phía trước ngay khi cha cậu ta vừa di chuyển.

De esta manera dieron varias vueltas alrededor de la habitación.

Cứ như vậy, họ đi vòng quanh phòng vài lần.

Nadie había conseguido aún ninguna ventaja decisiva.

Cho đến nay, chưa bên nào giành được lợi thế quyết định.

No se podría haber tenido la impresión de una persecución.

Không ai có thể có cảm giác đây là một cuộc rượt đuổi.

Porque todo el acontecimiento se estaba produciendo demasiado lentamente.

Vì toàn bộ sự việc diễn ra quá chậm.

Gregor había decidido quedarse en tierra.

Gregor đã quyết định rằng anh ta sẽ ở lại trên mặt đất.

Podría haber corrido por las paredes y a lo largo del techo.

Cậu ta hoàn toàn có thể chạy dọc theo các bức tường và trần nhà.

Pero no quería provocar al padre innecesariamente.

Nhưng anh ta không muốn chọc giận người cha một cách không cần thiết.

Una huida así podría haber parecido especialmente perversa.

Một cuộc trốn thoát như vậy có vẻ đặc biệt tàn ác.

Gregor admitió que esta persecución no podía durar mucho más.

Gregor thừa nhận cuộc rượt đuổi này không thể kéo dài thêm được nữa.

Cada paso debía ir acompañado de una miríada de movimientos.

Mỗi bước đi đều đòi hỏi vô số động tác phức tạp.

Ya empezaba a sentir falta de aire.

Anh ấy bắt đầu cảm thấy khó thở.

Incluso antes nunca había tenido unos pulmones completamente confiables.

Ngay cả trước đây, phổi của ông ấy cũng chưa bao giờ hoàn toàn khỏe mạnh.

Avanzó tambaleándose, guardando sus fuerzas para la carrera.

Anh ta lê bước khó nhọc, dành sức lực cho chặng chạy.

Estaba tan cansado que apenas podía mantener los ojos abiertos.

Anh ấy mệt đến nỗi hầu như không thể mở mắt nổi.

Sus pensamientos se volvieron demasiado lentos para pensar en otras escapatorias.

Suy nghĩ của anh ta trở nên quá chậm chạp đến nỗi không còn nghĩ đến những lối thoát khác.

Casi había olvidado que los muros estaban a su disposición.

Anh ta gần như quên mất rằng những bức tường này luôn sẵn sàng để anh ta sử dụng.

Pero de todos modos las paredes estaban ocultas detrás de los muebles.

Nhưng dù sao thì các bức tường cũng bị che khuất bởi đồ đạc.

Y los muebles tenían demasiadas muescas y protuberancias.

Và đồ nội thất có quá nhiều vết lõm và chỗ lồi.

Y luego, justo a su lado, rodando, había una manzana.

Và rồi, ngay bên cạnh anh ta, lăn tròn, là một quả táo.

La manzana debió haberle sido arrojada, se dio cuenta.

Anh ta nhận ra rằng quả táo chắc hẳn đã bị ném vào mình.

Pero no tuvo tiempo de pensar antes de que llegara otra manzana.

Nhưng anh ta chưa kịp suy nghĩ gì thì một quả táo khác đã đến.

Gregor se quedó paralizado por la nueva estrategia del padre.

Gregor sững sờ vì kinh ngạc trước chiến lược mới của người cha.

Ya no podía ganar nada intentando huir.

Anh ta không còn có thể đạt được lợi ích gì từ việc cố gắng chạy trốn nữa.

El padre había decidido bombardearlo con fruta.

Người cha đã quyết định cho con ăn thật nhiều trái cây.

Se había llenado los bolsillos con lo que había en el frutero de la cocina.

Anh ta đã lấy đầy túi quần bằng trái cây trong tô bếp.

Sin apuntar especialmente, lanzó manzana tras manzana.

Không nhắm mục tiêu cụ thể nào, anh ta cứ ném hết quả táo này đến quả táo khác.

Estas pequeñas manzanas rojas rodaban por el suelo.

Những quả táo nhỏ màu đỏ này lăn lộn trên mặt đất.

Como si estuvieran electrificadas, las manzanas chocaron entre sí.

Như thể bị điện giật, những quả táo va vào nhau.

Una de las manzanas lanzadas débilmente rozó la espalda de Gregor.

Một trong những quả táo được ném yếu ớt đã sượt qua lưng Gregor.

Afortunadamente para él, la manzana se deslizó sin sufrir daño.

May mắn thay, quả táo đó đã trượt đi mà không gây ra thiệt hại gì.

Sin embargo, la manzana lanzada después fue más precisa.

Tuy nhiên, quả táo ném sau đó lại chính xác hơn.

Y esta manzana se alojó profundamente en la espalda de Gregor.

Và quả táo này găm sâu vào lưng Gregor.

Gregor quería alejarse del dolor.

Gregor chỉ muốn thoát khỏi nỗi đau.

Quizás se pueda escapar de este nuevo e increíble dolor.

Có lẽ nỗi đau mới, không thể tin nổi này có thể được tránh khỏi.

Quizás un cambio de ubicación aliviaría su agonía.

Có lẽ việc chuyển đến nơi khác sẽ giúp anh ấy bớt đau khổ.

Pero se sentía como si lo hubieran clavado al suelo.

Nhưng anh cảm thấy như thể mình bị đóng đinh xuống sàn nhà.

Se estiró, pero sólo debido a su confusión.

Anh ta duỗi người ra, nhưng chỉ vì quá bối rối.

Sólo con su última mirada vio que la puerta se abría.

Chỉ đến khi liếc nhìn lần cuối, anh ta mới thấy cánh cửa mở ra.

La madre corrió hacia su hermana, que gritaba.

Người mẹ lao ra che chắn cho người em gái đang la hét.

La hermana la había desnudado, por lo que estaba en camisa.

Người chị đã cởi hết quần áo của cô ấy, nên giờ cô ấy chỉ còn mặc áo sơ mi.

Había necesitado respirar en su inconsciencia.

Cô ấy cần không gian để thở trong lúc bất tỉnh.

Todavía veía cómo la madre corría hacia el padre.

Anh vẫn còn nhìn thấy cảnh người mẹ chạy về phía người cha.

Sus faldas se deslizaron hasta el suelo, una tras otra.

Những chiếc váy của cô lần lượt tuột xuống đất.

La vio acercarse al padre y tropezar con su falda.

Anh ta thấy cô ấy tiến lại gần người cha và vấp phải váy của cô ấy.

Abrazándolo, pidió que le perdonaran la vida a Gregor.

Ôm lấy anh, nàng cầu xin tha mạng cho Gregor.

En completa unión con su cuerpo, su vista falló.

Do cơ thể hoàn toàn hòa nhập, thị lực của ông ta đã suy giảm.

Tercera parte
Phần ba

Gregor sufrió la grave lesión durante más de un mes.
Gregor bị thương nặng và phải chịu đựng hơn một tháng trời.
La manzana quedó incrustada; nadie se atrevió a sacarla.
Quả táo vẫn nằm nguyên ở đó; không ai dám lấy nó ra.
La manzana permaneció en su carne como un recordatorio visible.
Quả táo vẫn còn nằm trong thịt anh ta như một lời nhắc nhở hữu hình.
Pero la manzana también sirvió como recordatorio para el padre.
Nhưng quả táo cũng là lời nhắc nhở dành cho người cha.
Se dio cuenta de que no debía tratar a Gregor como a un enemigo.
Ông nhận ra rằng không nên đối xử với Gregor như một kẻ thù.
Actualmente su apariencia puede ser triste y repugnante.
Hiện tại vẻ ngoài của anh ta có thể trông buồn bã và ghê tởm.
Pero aún así, seguía siendo un miembro de su familia.
Tuy nhiên, ông vẫn là một thành viên trong gia đình họ.
Había que aceptar la reticencia y tolerarla.
Sự miễn cưỡng đó phải được nuốt xuống và chịu đựng.
Debido a su herida, es posible que haya perdido su movilidad para siempre.
Do vết thương, khả năng di chuyển của anh ấy có thể bị mất vĩnh viễn.
Todavía gateaba por su habitación, pero mucho más lento.
Cậu bé vẫn bò quanh phòng, nhưng chậm hơn nhiều.
Arrastrarse a cualquier altura estaba fuera de cuestión.
Việc bò trườn ở bất kỳ độ cao nào đều là điều không thể.
Pero Gregor recibió algún tipo de compensación.
Nhưng Gregor cũng nhận được một số khoản bồi thường.
Por la noche se le abrió la puerta del salón.
Buổi tối, cửa phòng khách được mở ra cho anh ấy.

Y consideró que estas reparaciones eran completamente adecuadas.

Và ông cảm thấy những khoản bồi thường này hoàn toàn thỏa đáng.

Antes del anochecer ya había empezado a vigilar la puerta.

Trước khi trời tối, anh ta đã bắt đầu theo dõi cửa.

Él yacía en la oscuridad, invisible desde la sala de estar.

Anh ta nằm im trong bóng tối, khuất khỏi tầm nhìn của phòng khách.

Pudo ver a toda la familia en la mesa iluminada.

Ông có thể nhìn thấy cả gia đình đang quây quần bên chiếc bàn sáng đèn.

Ahora se le permitió escuchar sus conversaciones.

Giờ đây, anh ta được phép nghe lén các cuộc trò chuyện của họ.

Esto fue bastante diferente a su arreglo anterior.

Điều này hoàn toàn khác so với thỏa thuận trước đây của họ.

Las animadas conversaciones de tiempos pasados habían terminado.

Những cuộc trò chuyện sôi nổi trước đây đã chấm dứt.

Éstas eran las conversaciones que tanto anhelaba.

Đây chính là những cuộc trò chuyện mà trước đây anh luôn mong chờ.

Cuando dormía solo en pequeñas habitaciones de hotel.

Khi anh ấy ngủ một mình trong những phòng khách sạn nhỏ.

Cuando tuvo que arrojarse entre las sábanas húmedas.

Khi anh ta phải vùi mình vào đống chăn ga ẩm ướt.

Pero ahora las tardes eran en su mayoría tranquilas y sin acontecimientos.

Nhưng giờ đây, các buổi tối hầu hết đều yên tĩnh và không có gì đặc biệt.

El padre se quedó dormido en su sillón después de cenar.

Người cha ngủ thiếp đi trên ghế bành sau bữa tối.

Y la madre y la hermana se animaban mutuamente a guardar silencio.

Và người mẹ và người chị khuyên nhau giữ im lặng.

La madre, inclinada hacia la luz, cosía lino.

Người mẹ, cúi người sát vào ngọn đèn, may vá vải lanh.
Ahora ella hace vestidos para una de las tiendas de moda.
Cô ấy hiện đang may váy cho một trong những cửa hàng thời trang.
Al igual que Gregor, la hermana había conseguido un trabajo como vendedora.
Giống như Gregor, người em gái cũng nhận một công việc bán hàng.
Ella estaba aprendiendo taquigrafía y francés por las tardes.
Cô ấy học tốc ký và tiếng Pháp vào buổi tối.
Para que más adelante pudiera tal vez conseguir un mejor puesto de trabajo.
Để sau này cô ấy có thể kiếm được một vị trí công việc tốt hơn.
A veces el padre se despertaba de sus siestas nocturnas.
Thỉnh thoảng, người cha tỉnh giấc giữa những giấc ngủ trưa.
"¡Cariño, ya llevas un buen rato cosiendo hoy!"
"Em yêu, hôm nay em may vá lâu quá rồi!"
Parecía haber olvidado que había estado durmiendo.
Dường như anh ta đã quên mất rằng mình vừa ngủ.
Pero inmediatamente volvió a caer en un sueño profundo.
Nhưng anh ta lập tức lại chìm vào giấc ngủ.
Y la madre y la hermana se sonrieron cansadamente.
Và người mẹ và người chị mỉm cười mệt mỏi nhìn nhau.
El padre había desarrollado una extraña y nueva terquedad.
Người cha bỗng trở nên bướng bỉnh một cách kỳ lạ.
Incluso en casa se negó a quitarse el uniforme de sirviente.
Ngay cả khi về nhà, ông ta cũng không chịu cởi bộ đồng phục người hầu.
Y su bata colgaba inútilmente en la percha.
Và chiếc áo choàng tắm của ông ta treo vô dụng trên móc.
Así pues, el padre dormía, completamente vestido, en su sillón.
Vậy là người cha ngủ say sưa trên chiếc ghế bành, vẫn mặc nguyên quần áo.
Era como si siempre estuviera dispuesto a prestar su servicio.
Dường như anh ấy luôn sẵn sàng phục vụ.

Como si estuviera esperando la voz de su superior.

Như thế anh ta chỉ đang chờ đợi giọng nói của cấp trên.

Esto provocó que su uniforme perdiera su limpieza.

Điều này khiến bộ đồng phục của anh ta bị mất đi sự sạch sẽ.

Aunque el uniforme tampoco era nuevo cuando lo recibió.

Mặc dù bộ đồng phục đó cũng không phải là mới khi anh ấy nhận được.

Y la madre hizo todo lo posible para cuidar el uniforme.

Và người mẹ đã cố gắng hết sức để giữ gìn bộ đồng phục.

Gregor pasaba tardes enteras mirando este uniforme.

Gregor đã dành cả buổi tối để ngắm nhìn bộ đồng phục này.

Observó cómo el anciano dormía de manera muy incómoda.

Anh ta quan sát ông lão ngủ một cách rất khó chịu.

Pero mientras dormía también notó algo pacífico.

Nhưng trong giấc ngủ, ông cũng nhận thấy một điều gì đó bình yên.

Cuando el reloj dio las diez la madre intentó despertarlo.

Khi đồng hồ điểm mười giờ, người mẹ cố gắng đánh thức con trai.

Ella habló en voz baja y lo convenció de ir a la cama.

Cô ấy nói nhỏ nhẹ và thuyết phục anh ấy đi ngủ.

Porque dormir en el sillón no era dormir de verdad.

Vì ngủ trên ghế bành không phải là giấc ngủ thực sự.

Iba a tener que empezar a trabajar a las seis en punto.

Anh ấy sẽ phải bắt đầu làm việc lúc sáu giờ.

Así que realmente necesitaba dormir lo mejor posible.

Vì vậy, anh ấy thực sự cần ngủ đủ giấc.

Pero una nueva forma de terquedad se apoderó de él.

Nhưng ông ta đã bị cuốn vào một dạng bướng bỉnh mới.

Convertirse en sirviente había comenzado a tener ese efecto en él.

Việc trở thành người hầu đã bắt đầu có tác động như vậy đối với anh ta.

Así que siempre insistía en quedarse más tiempo en la mesa.

Vì vậy, ông ấy luôn khăng khăng muốn ở lại bàn ăn lâu hơn.

Aunque con regularidad volvía a quedarse dormido en su silla.

Mặc dù vậy, ông ta vẫn thường xuyên ngủ gật trên ghế.

Y sólo con la mayor dificultad pudo ser movido.

Và việc lay chuyển ông ta vô cùng khó khăn.

Tuvieron que decirle que la cama sería mejor para él.

Anh ấy cần được khuyên rằng nằm giường sẽ tốt hơn cho mình.

Madre y hermana tuvieron que insistir con pequeñas advertencias.

Mẹ và chị gái đã phải kiên trì nhắc nhở nhiều lần.

Durante quince minutos se limitó a menear lentamente la cabeza.

Suốt mười lăm phút, ông ta chỉ lắc đầu chậm rãi.

Y mantuvo los ojos cerrados y se negó a levantarse.

Và ông vẫn nhắm mắt, nhất quyết không chịu đứng dậy.

La madre tiró de su manga, suavemente, pero con firmeza.

Người mẹ nhẹ nhàng nhưng dứt khoát kéo tay áo con trai.

Y ella susurró palabras halagadoras en sus oídos cansados.

Và nàng thì thầm những lời ngon ngọt vào tai anh ta, dù anh ta đang mệt mỏi.

La hermana abandonó la tarea que tenía entre manos para ayudar a su madre.

Người em gái bỏ dở công việc đang làm để giúp đỡ mẹ.

Pero ninguno de sus esfuerzos funcionó con el padre.

Nhưng không một nỗ lực nào của họ có tác dụng với người cha.

Se hundió aún más en su silla, preparado para dormir.

Anh ta ngả người sâu hơn vào ghế, chuẩn bị ngủ.

Y finalmente las mujeres lo agarraron por las axilas.

Và cuối cùng, những người phụ nữ túm lấy anh ta dưới nách.

Abrió los ojos y los miró alternativamente.

Anh ta mở mắt và nhìn họ luân phiên.

"¡Qué vida ésta!" se quejó al irse a dormir.

"Cuộc sống này thật là khổ sở," anh ta than thở trước khi đi ngủ.

"¿Es esta la paz que me ha sido dada en mi vejez?"

"Đây có phải là sự bình yên mà tôi nhận được ở tuổi già?"

Pero entonces, apoyándose en las dos mujeres, se levantó torpemente.

Nhưng rồi, dựa vào hai người phụ nữ, anh ta đứng dậy một cách vụng về.

Actuó como si llevara la carga más pesada.

Anh ta hành động như thể đang gánh trên vai một gánh nặng vô cùng lớn.

Dejó que las dos mujeres lo guiaran hasta el final de la habitación.

Anh ta để hai người phụ nữ dẫn mình đến cuối phòng.

Allí les deseó buenas noches y continuó su camino.

Tại đó, ông chào tạm biệt họ và tiếp tục cuộc hành trình của mình.

Pero la madre rápidamente arrojó su kit de costura.

Nhưng người mẹ vội vàng ném bộ dụng cụ may vá xuống.

Y la hermana también dejó el bolígrafo y el bloc de notas.

Và người chị cũng đặt bút và sổ tay xuống.

Y corrieron detrás del padre para ayudarle aún más.

Và họ chạy theo sau người cha để giúp đỡ ông ấy thêm nữa.

¿Quién en esta familia sobrecargada de trabajo tenía tiempo para Gregor?

Trong gia đình bận rộn này, ai mà có thời gian dành cho Gregor chứ?

¿Quién podría haberle prestado más atención de la necesaria?

Ai lại dành cho anh ta nhiều sự quan tâm hơn mức cần thiết chứ?

El presupuesto familiar se fue restringiendo cada vez más.

Ngân sách gia đình ngày càng bị hạn chế.

Al final, para ahorrar dinero, tuvieron que despedir a la criada.

Cuối cùng, để tiết kiệm tiền, họ buộc phải sa thải người giúp việc.

Fue reemplazada por una mujer de cabello blanco y huesos gruesos.

Bà ấy được thay thế bằng một người phụ nữ có vóc dáng to lớn, tóc bạc.

Pero esta mujer venía sólo por la mañana y por la tarde.

Nhưng người phụ nữ này chỉ đến vào buổi sáng và buổi tối.

Y todo el trabajo más pesado y duro quedó guardado para ella.

Và tất cả những công việc nặng nhọc và khó khăn nhất đều dành cho cô ấy.

La madre se encargaba de todos los demás quehaceres.

Mọi việc nhà khác đều do người mẹ đảm nhiệm.

Incluso ocurrió que se vendieron varias joyas familiares.

Thậm chí, một số đồ trang sức gia truyền cũng đã bị bán đi.

Joyas que las mujeres lucieron felizmente durante las celebraciones.

Những món trang sức mà phụ nữ đã vui vẻ đeo trong các buổi lễ.

Gregor aprendió esto en una de las discusiones generales.

Gregor biết được điều này từ một trong những buổi thảo luận chung.

La mayor queja, sin embargo, fue otra.

Tuy nhiên, lời phàn nàn lớn nhất lại là một điều khác.

El apartamento era demasiado grande, pero no podían mudarse.

Căn hộ quá rộng, nhưng họ không thể chuyển đi.

No había manera de que pudieran reubicar a Gregor.

Không có cách nào họ có thể di dời Gregor được.

Pero Gregor se dio cuenta de que no era sólo una consideración.

Nhưng Gregor nhận ra rằng đó không chỉ là sự quan tâm.

Algo más les impidió mudarse a otro lugar.

Một lý do khác đã ngăn cản họ chuyển đến nơi khác.

Podría haber sido fácilmente transportado en una caja adecuada.

Ông ta hoàn toàn có thể được vận chuyển trong một chiếc hộp phù hợp.

Sus sentimientos de completa desesperanza los frenaron.

Cảm giác tuyệt vọng tột cùng đã kìm hãm họ.

No querían admitir que la desgracia les había golpeado.

Họ không muốn thừa nhận rằng tai họa đã ập đến với mình.

Lo que el mundo exige de los pobres, ellos lo cumplen.

Những gì thế giới đòi hỏi ở người nghèo, họ đã đáp ứng được.

El padre le preparó el desayuno al pequeño empleado del banco.

Người cha mang bữa sáng đến cho cô nhân viên ngân hàng nhỏ tuổi.

La madre se sacrificó por la ropa de desconocidos.

Người mẹ đã hy sinh bản thân mình để giặt giũ quần áo cho người lạ.

La hermana corría de un lado a otro para atender los pedidos de los clientes.

Cô em gái chạy đi chạy lại để nhận đơn đặt hàng của khách.

Pero ya no tenían fuerzas para hacer más.

Nhưng họ không còn đủ sức để làm gì hơn nữa.

La herida en la espalda de Gregor comenzó a doler aún más.

Vết thương trên lưng Gregor bắt đầu đau hơn.

Cada noche, la madre y la hermana llevaban al padre a la cama.

Mỗi đêm, mẹ và chị gái đều đưa bố lên giường ngủ.

Dejaron su trabajo donde estaba y se sentaron juntos.

Họ gác lại công việc tại chỗ và ngồi lại với nhau.

Y se acercaron más y se sentaron mejilla contra mejilla.

Rồi họ xích lại gần nhau hơn, ngồi sát bên cạnh.

La madre señaló la habitación desde donde él observaba.

Người mẹ chỉ vào căn phòng nơi cậu bé đang quan sát.

"¿Podrías cerrar la puerta?" le preguntó a la hermana.

"Em đóng cửa lại đi," cô ấy yêu cầu người chị.

Y entonces Gregor se quedó solo otra vez en la oscuridad.

Và rồi Gregor lại bị bỏ lại một mình trong bóng tối.

Y en la habitación de al lado la mujer mezcló sus lágrimas.

Và ở phòng bên cạnh, người phụ nữ ấy đã hòa lẫn những giọt nước mắt của họ.

O bien se quedaban sentados con los ojos secos, simplemente mirando la mesa.

Hoặc họ ngồi đó, mắt không hề rơi, chỉ chăm chú nhìn chằm chằm vào bàn.

Gregor apenas durmió, ni de noche ni de día.

Gregor hầu như không ngủ chút nào, cả ngày lẫn đêm.

A menudo pensaba en cómo podría ayudar a la familia.

Anh ấy thường nghĩ về việc làm thế nào để có thể giúp đỡ gia đình đó.

Pensó en ganar dinero nuevamente para ellos.

Anh ấy đã nghĩ đến việc kiếm tiền lại cho họ.

Pensó en hacer lo que solía hacer por ellos.

Anh ấy đã nghĩ đến việc làm những điều mà trước đây anh ấy vẫn từng làm cho họ.

En sus pensamientos regresó el representante autorizado.

Trong tâm trí ông, người đại diện được ủy quyền lại hiện về.

Y esta vez el jefe también vino al apartamento.

Lần này, ông chủ cũng đến căn hộ.

Y los oficinistas y los aprendices también estaban allí.

Và các nhân viên văn phòng cùng các học việc cũng có mặt ở đó.

Incluso el lento empleado de la oficina vino a verlo.

Ngay cả anh chàng nhân viên chậm hiểu cũng đến gặp ông.

Había dos o tres amigos de otros negocios.

Có hai hoặc ba người bạn từ các công ty khác đến dự.

Una de las camareras de un hotel de provincias.

Một trong những nữ nhân viên dọn phòng tại một khách sạn ở tỉnh lẻ.

Un recuerdo querido y fugaz al que intentó aferrarse.

Một kỷ niệm thân thương và thoáng qua mà anh ấy cố gắng níu giữ.

Una cajera de una sombrerería para quien tenía intenciones.

Một nhân viên thu ngân tại cửa hàng mũ, người mà anh ta có tình cảm.

Pero había sido un poco lento en ganar su aprobación.

Nhưng anh ta đã hơi chậm chân trong việc giành được sự chấp thuận của cô ấy.

Todos ellos aparecieron en sus pensamientos, mezclados con desconocidos.

Tất cả bọn họ đều hiện lên trong tâm trí anh, lẫn lộn với những người xa lạ.

Y otros no aparecieron, ya estaban olvidados.

Còn những người khác thì không xuất hiện; họ đã bị lãng quên.

Pero no le ayudaron a él ni tampoco a la familia.

Nhưng họ không giúp anh ta, cũng không giúp gia đình anh ta.

Eran inaccesibles y él se alegró cuando se fueron.

Họ ở ngay gần đó, và anh ta mừng khi họ rời đi.

No siempre estaba de humor para preocuparse por la familia.

Không phải lúc nào ông ấy cũng có tâm trạng để lo lắng cho gia đình.

Y se llenó de rabia por la falta de atención.

Và ông ta vô cùng tức giận vì không được quan tâm.

Y no podía imaginar nada que le apeteciera.

Và anh ta không thể tưởng tượng ra bất cứ thứ gì mà mình thèm ăn.

Pero aún así hizo planes para entrar en la despensa.

Nhưng hắn vẫn lên kế hoạch đột nhập vào kho chứa thức ăn.

Y él iba a tomar todo lo que se merecía.

Và hắn ta sẽ lấy tất cả những gì mình xứng đáng được nhận.

La hermana ya no hacía ningún esfuerzo especial por él.

Người chị gái không còn dành bất kỳ sự quan tâm đặc biệt nào cho anh ấy nữa.

Ella ya no pasaba el tiempo pensando en complacerlo.

Cô ấy không còn dành thời gian để nghĩ đến việc làm hài lòng anh ấy nữa.

Antes de ir a trabajar, rápidamente metió algo de comida en la habitación.

Trước khi đi làm, cô ấy nhanh chóng đẩy một ít đồ ăn vào phòng.

Y por la noche volvió a barrer rápidamente la comida.

Và đến tối, bà ấy lại nhanh chóng quét sạch thức ăn thừa.

Ya no se daba cuenta de si había comido o no.

Cô ấy không còn để ý đến việc anh ta đã ăn hay chưa nữa.

En la actualidad, la mayoría de las veces la comida se dejaba intacta.

Giờ đây, thức ăn thường bị bỏ lại nguyên vẹn.

Ella todavía barría rápidamente la habitación por la noche.
Cô ấy vẫn nhanh chóng quét mắt khắp phòng vào buổi tối.
Pero ahora hizo lo mínimo, lo más rápido posible.
Nhưng lúc này, cô chỉ làm những việc tối thiểu, nhanh nhất có thể.
Quedaron vetas de suciedad corriendo por las paredes.
Những vệt bụi bẩn còn sót lại dọc theo các bức tường.
Bolas de polvo y basura quedaron tiradas en el suelo.
Bụi bẩn và rác thải vương vãi khắp sàn nhà.
Gregor mostró su desaprobación por su falta de cuidado.
Gregor tỏ ra không hài lòng trước sự thiếu quan tâm của cô ấy.
Se giró en un ángulo particularmente significativo.
Anh ta xoay người ở một góc độ đặc biệt quan trọng.
Pero podría haber permanecido en el puesto durante semanas.
Nhưng ông ấy hoàn toàn có thể giữ chức vụ đó trong nhiều tuần.
Su hermana no habría notado su insatisfacción.
Chị gái anh ấy sẽ không nhận thấy sự bất mãn của anh ấy.
Ella veía la suciedad tan bien como él, o incluso mejor.
Cô ấy nhìn thấy những vết bẩn rõ ràng không kém gì anh ta, thậm chí còn rõ hơn.
Pero ella había decidido dejar la tierra donde estaba.
Nhưng cô ấy đã quyết định để nguyên chỗ đất đó.
En ese momento adoptó una sensibilidad completamente nueva.
Vào thời điểm đó, cô ấy đã có một sự nhạy cảm hoàn toàn mới.
Ella había hecho de la limpieza de la habitación de Gregor su responsabilidad.
Cô ấy đã nhận nhiệm vụ dọn dẹp phòng của Gregor.
La familia se sintió conmovida por su amable consideración.
Gia đình rất cảm động trước lòng tốt và sự chu đáo của bà.
Una vez, la madre le había dado a su habitación una limpieza a fondo.
Có lần, người mẹ đã dọn dẹp phòng của cậu ấy rất kỹ lưỡng.

Sólo después de utilizar unos cuantos baldes de agua lo consiguió.

Chỉ sau khi dùng đến vài xô nước, cô ấy mới thành công.

Sin embargo, la nueva humedad en la habitación perjudicó a Gregor.

Tuy nhiên, sự ẩm ướt mới trong phòng đã gây hại cho Gregor.

Y él yacía ancho, amargado e inmóvil en el sofá.

Và ông nằm dài, vẻ mặt u sầu và bất động trên ghế sofa.

Pero ese fue sólo su primer castigo por ayudar.

Nhưng đó chỉ là hình phạt đầu tiên dành cho cô ấy vì đã giúp đỡ.

La hermana notó rápidamente el cambio en la habitación de Gregor.

Người chị nhanh chóng nhận thấy sự thay đổi trong phòng của Gregor.

Y ella corrió a la sala, extremadamente insultada.

Và cô ấy chạy vào phòng khách, vô cùng tức giận và phẫn nộ.

Su madre levantó las manos y trató de implorarle.

Mẹ cô giơ tay lên và cố gắng van xin cô.

Pero a pesar de una explicación sincera, ella rompió a llorar.

Nhưng dù đã giải thích chân thành, cô ấy vẫn bật khóc.

El padre, por supuesto, se sobresaltó y se levantó de la silla.

Dĩ nhiên, người cha giật mình nhảy bật dậy khỏi ghế.

Y los dos padres miraban asombrados e impotentes.

Và hai bậc phụ huynh nhìn với vẻ kinh ngạc và bất lực.

Y con el tiempo sus emociones también se agitaron.

Và cuối cùng, cảm xúc của họ cũng trở nên xáo trộn.

El padre reprochó a la madre lo que había hecho.

Người cha trách mắng người mẹ vì những gì bà đã làm.

"Deberías haber dejado la habitación para que Grete la limpiara."

"Lẽ ra anh nên để Grete dọn phòng."

Grete le gritó a la madre por limpiar su habitación.

Grete hét vào mặt mẹ vì đã dọn dẹp phòng của cậu.

"¡Nunca más podrás limpiar su habitación!"

"Cô sẽ không bao giờ được phép dọn phòng cho anh ấy nữa!"

La madre intentó arrastrar al padre al dormitorio.

Người mẹ cố gắng kéo người cha vào phòng ngủ.

La hermana se quedó en la habitación, temblando y sollozando.

Người em gái ở lại trong phòng, run rẩy và khóc nức nở.

Y golpeó la mesa con sus pequeños puños.

Và cô bé đập mạnh hai nắm tay nhỏ xíu của mình xuống bàn.

Y Gregor, enojado, siseó fuertemente contra todos ellos.

Và Gregor gầm gừ giận dữ với tất cả bọn họ.

¿Por qué a nadie se le ocurrió cerrarle la puerta?

Sao không ai nghĩ đến việc đóng cửa lại cho anh ta?

Podrían haberle ahorrado esta vista y este ruido.

Họ hoàn toàn có thể giúp anh ấy tránh khỏi cảnh tượng và tiếng ồn khó chịu này.

La hermana estaba agotada después de llegar a casa del trabajo.

Người chị gái kiệt sức sau khi tan làm về nhà.

Y cuidar a Gregor era aún más trabajo para ella.

Và việc chăm sóc Gregor còn vất vả hơn nữa đối với cô ấy.

Pero eso no significaba que la madre debía haberlo hecho.

Nhưng điều đó không có nghĩa là người mẹ nên làm vậy.

A Gregor, por el contrario, no hay que descuidarlo.

Ngược lại, không nên bỏ qua Gregor.

Pero ahora tenían una nueva criada que podía hacer esas cosas.

Nhưng giờ họ đã có một người giúp việc mới có thể làm những việc đó.

Una viuda anciana que tenía una estructura ósea robusta.

Một góa phụ lớn tuổi có cấu trúc xương chắc khỏe.

Una estatura que la ayudó a sobrevivir a su difícil vida.

Một tầm vóc đã giúp bà vượt qua cuộc sống khó khăn.

Ella no sentía ninguna aversión real hacia la apariencia de Gregor.

Cô ấy không hề có ác cảm thực sự nào đối với ngoại hình của Gregor.

Ella había abierto accidentalmente la puerta de la habitación de Gregor.

Cô ấy đã vô tình mở cửa phòng của Gregor.

No fue por ninguna curiosidad particular sobre la habitación.

Không phải vì tò mò đặc biệt về căn phòng đó.

Ella simplemente estaba haciendo su trabajo y por casualidad abrió la puerta.

Cô ấy chỉ đang làm nhiệm vụ của mình và tình cờ mở cửa.

Gregor, por supuesto, quedó completamente sorprendido por ella.

Dĩ nhiên, Gregor hoàn toàn bất ngờ trước cô ấy.

No lo perseguían, sino que corría de un lado a otro.

Anh ta không bị đuổi theo, nhưng anh ta cứ chạy đi chạy lại.

Y ella simplemente cruzó sus brazos y lo observó gatear.

Và cô chỉ khoanh tay lại, nhìn cậu bé bò.

Desde entonces ella siempre le abría un poquito la puerta.

Từ đó, cô luôn mở cửa một chút cho anh ấy.

Una mañana ella entró para ver cómo estaba.

Một lần vào buổi sáng, cô ấy ghé vào xem anh ấy thế nào.

Y por la tarde ella fue a ver cómo estaba antes de irse.

Và buổi tối, trước khi rời đi, cô ấy đã ghé thăm anh ấy.

Al principio ella también intentó llamarlo para que viniera con ella.

Ban đầu, cô ấy cũng cố gắng gọi anh ta đến chỗ mình.

"¡Ven aquí, viejo escarabajo pelotero!", solía decir.

"Lại đây nào, con bọ hung già!" bà ấy thường nói.

O ella dijo, "¡mira ese viejo escarabajo pelotero!", amigablemente.

Hoặc cô ấy nói, "Nhìn con bọ hung già kìa!", với giọng thân thiện.

Gregor nunca reaccionó cuando le hablaron de esa manera.

Gregor chưa bao giờ đáp lại khi bị nói chuyện theo cách đó.

Él permaneció allí, sin moverse, y la ignoró.

Anh ta vẫn đứng đó, không nhúc nhích, và phớt lờ cô.

"Si le hubieran dicho cómo hacer correctamente su trabajo."

"Giá như cô ấy được chỉ bảo cách làm việc đúng cách."

"En lugar de molestarme debería limpiar mi habitación."

"Thay vì làm phiền tôi, cô ấy nên dọn phòng cho tôi."

Una mañana temprano una fuerte lluvia golpeó las ventanas.

Một lần vào sáng sớm, một trận mưa lớn trút xuống cửa sổ.

Quizás la lluvia ya era una señal de la llegada de la primavera.

Có lẽ cơn mưa đã là dấu hiệu báo hiệu mùa xuân sắp đến.

La criada comenzó a hablarle de esa manera una vez más.

Cô hầu gái lại bắt đầu nói chuyện với anh ta bằng giọng điệu đó.

Gregor estaba tan amargado que se giró para mirarla.

Gregor cay đắng đến nỗi quay sang đối mặt với cô.

Era lento y débil, pero fue una especie de ataque.

Ông ấy chậm chạp và yếu ớt, nhưng đó cũng có thể coi là một cuộc tấn công.

La criada, sin embargo, no tenía ningún miedo de Gregor.

Tuy nhiên, cô hầu gái chẳng hề sợ Gregor chút nào.

En lugar de eso, levantó una silla que estaba cerca de la puerta.

Thay vào đó, cô ấy nhấc một chiếc ghế gần cửa lên.

Y ella permaneció allí, tranquilamente, con la boca abierta.

Và cô ta đứng đó, bình tĩnh, miệng há hốc.

Sus intenciones eran claras, incluso Gregor podía verlo.

Ý định của cô ta rất rõ ràng, ngay cả Gregor cũng có thể thấy điều đó.

Y se giró, lentamente, a su posición original.

Và anh ta từ từ quay người trở lại vị trí ban đầu.

—Entonces no quieres acercarte más, ¿verdad?

"Vậy là anh không muốn đến gần hơn nữa, phải không?"

Y silenciosamente volvió a poner la silla en la esquina.

Rồi cô lặng lẽ đặt chiếc ghế trở lại vào góc.

Gregor ya casi no comía nada.

Gregor hầu như không ăn gì cả.

A veces, mientras caminaba por la habitación, se detenía.

Thỉnh thoảng, trong những lần đi dạo quanh phòng, anh ấy lại dừng lại.

Y se encontró junto a la comida preparada para él.

Và anh ta thấy mình đang ngồi cạnh những món ăn đã được chuẩn bị sẵn cho mình.

Se llevó la comida a la boca, pero sólo para jugar con ella.

Cậu bé cho thức ăn vào miệng, nhưng chỉ để nghịch thôi.

Y muy a menudo lo escupía de nuevo al cabo de unas horas.

Và khá thường xuyên, sau vài giờ, ông ta lại nhổ nó ra.

Trató de encontrar una razón para su falta de apetito.

Anh ta cố gắng tìm ra nguyên nhân khiến mình chán ăn.

Quizás porque estaba triste por el estado de su habitación.

Có lẽ vì anh ấy buồn về tình trạng phòng của mình.

Pero ya se había adaptado a los cambios que se producían en la habitación.

Nhưng ông đã dần chấp nhận những thay đổi trong căn phòng.

Recientemente su habitación se había convertido en una especie de almacén.

Gần đây, phòng của anh ấy đã trở thành một dạng kho chứa đồ.

Se habían acostumbrado a dejar las cosas allí.

Họ đã quen với việc để đồ đạc ở đó.

Y ahora quedaban muchas cosas así en su habitación.

Và giờ đây, trong phòng anh ta còn lại rất nhiều thứ như vậy.

Porque una habitación del apartamento estaba alquilada.

Vì một phòng trong căn hộ đã được cho thuê.

Tres caballeros serios alquilaban la habitación juntos.

Ba người đàn ông nghiêm túc cùng nhau thuê một phòng.

Gregor los vio una vez a través de una rendija en la puerta.

Gregor từng nhìn thấy họ qua một khe cửa.

Llevaban barbas pobladas y estaban vestidos meticulosamente.

Họ để râu rậm và ăn mặc rất chỉnh tề.

Eran escrupulosos en mantener todo ordenado.

Họ rất cẩn thận trong việc giữ gìn mọi thứ gọn gàng.

Su insistencia en el orden no se limitaba a su habitación.

Sự khắt khe của họ về việc giữ gìn vệ sinh không chỉ dừng lại ở phòng ngủ.

Todo el apartamento tenía que mantenerse perfectamente limpio.

Toàn bộ căn hộ phải được giữ sạch sẽ tuyệt đối.

Eran aún más exigentes con el aspecto de la cocina.

Họ thậm chí còn kỹ tính hơn về cả vẻ ngoài của nhà bếp.

Y no podían tolerar ningún desorden innecesario.

Và họ không thể chịu đựng bất kỳ sự bừa bộn không cần thiết nào.

También habían traído consigo sus propios muebles.

Họ cũng mang theo đồ đạc của riêng mình.

Por esta razón muchas cosas se habían vuelto superfluas.

Vì lý do đó, nhiều thứ đã trở nên dư thừa.

Eran cosas por las que nadie pagaría dinero.

Đó là những thứ mà chẳng ai thèm bỏ tiền ra mua.

Pero la familia tampoco quería deshacerse de estas cosas.

Nhưng gia đình cũng không muốn vứt bỏ những thứ này.

Todas estas cosas fueron a parar a la habitación de Gregor.

Tất cả những thứ đó đều đã được đưa vào phòng của Gregor.

El cajón de cenizas de la cocina ahora estaba guardado en su habitación.

Thùng đựng tro từ nhà bếp giờ được cất trong phòng anh ấy.

Y la basura se guardaba en su habitación hasta el día de la basura.

Và rác được chất đống trong phòng anh ta cho đến ngày đổ rác.

La criada arrojó todo lo que no necesitaba en su habitación.

Cô hầu gái ném tất cả những thứ cô không cần vào phòng anh ta.

Afortunadamente no vio más que la mano y el objeto.

May mắn thay, anh ta chỉ nhìn thấy bàn tay và vật đó.

Probablemente tenía la intención de volver a buscar las cosas más tarde.

Có lẽ cô ấy định quay lại lấy đồ sau.

O tal vez quería tirarlo todo de una vez.

Hoặc có lẽ cô ấy muốn vứt bỏ tất cả mọi thứ cùng một lúc.

Sin embargo, todo permaneció donde había quedado al principio.

Tuy nhiên, mọi thứ vẫn nằm nguyên tại vị trí ban đầu.

A menos que Gregor moviera la basura moviéndose a través de ella.

de ella.

Trừ khi Gregor di chuyển đống đồ lộn xộn bằng cách luồn lách qua nó.

Al principio se vio obligado a arrastrarse entre toda la basura.

Ban đầu, anh ta buộc phải bò qua đống rác rưởi đó.

No tenía posibilidad de evitarlo.

Anh ta không có cách nào tránh khỏi việc đó.

Pero más tarde realmente encontró placer en esta actividad.

Nhưng sau đó, ông ấy thực sự tìm thấy niềm vui trong hoạt động này.

Aunque tal esfuerzo lo dejó triste y profundamente cansado.

Mặc dù nỗ lực đó khiến anh ấy buồn bã và vô cùng mệt mỏi.

Y después no pudo moverse durante muchas horas.

Và sau đó, ông ấy không thể cử động trong nhiều giờ liền.

Los inquilinos a veces comían en la sala de estar.

Khách trọ đôi khi dùng bữa trong phòng khách.

La puerta del salón permanecía cerrada esas noches.

Vào những buổi tối đó, cửa phòng khách vẫn đóng kín.

Pero a Gregor no le resultó difícil no abrir la puerta.

Nhưng Gregor không hề gặp khó khăn gì trong việc không mở cửa lúc này.

Incluso cuando la puerta estaba abierta, no siempre miraba hacia afuera.

Ngay cả khi cửa mở, anh ta cũng không phải lúc nào cũng nhìn ra ngoài.

Pero él se acostó en el rincón más oscuro de la habitación.

Nhưng anh ta lại nằm ở góc tối nhất của căn phòng.

La familia tampoco notó su falta de atención.

Gia đình cũng không nhận thấy sự thiếu quan tâm của anh ấy.

Pero hubo una vez que la criada dejó la puerta abierta.

Nhưng có một lần người hầu gái để cửa mở.

La puerta permaneció abierta incluso cuando los inquilinos regresaron.

Cánh cửa vẫn mở ngay cả khi những người thuê trọ trở về.

Y la puerta estaba abierta cuando se encendió la luz.

Và cửa vẫn mở khi đèn được bật lên.

El hombre se sentó a la mesa donde la familia cenaba.

Người đàn ông ngồi vào bàn ăn tối cùng gia đình.

Allí se sentaron en el pasado el padre, la madre y Gregor.

Cha, mẹ và Gregor đã ngồi đó vào thời điểm trước đây.

Desplegaron las servilletas y cogieron cuchillos y tenedores.

Họ trải khăn ăn ra, rồi lấy dao và nĩa.

La madre apareció en la puerta con un plato de carne.

Người mẹ xuất hiện ở ngưỡng cửa với một bát thịt trên tay.

Entonces la hermana entró con un cuenco lleno de patatas.

Sau đó, người chị gái bước vào với một bát đầy khoai tây.

Los inquilinos se inclinaron sobre los cuencos colocados delante de ellos.

Những người thuê trọ cúi xuống những chiếc bát đặt trước mặt họ.

El humo denso de la comida les llegaba hasta la nariz.

Khói dày đặc từ thức ăn bốc lên xộc thẳng vào mũi họ.

Pero aún no habían decidido si comerían la comida.

Nhưng họ vẫn chưa quyết định có ăn thức ăn đó hay không.

Quizás enviarían la comida de vuelta a la cocina.

Có lẽ họ sẽ trả lại món ăn cho nhà bếp.

El hombre sentado en el medio parecía ser la autoridad.

Người đàn ông ngồi ở giữa dường như là người có quyền lực.

Cortó la carne para determinar si estaba lo suficientemente tierna.

Anh ta cắt thịt ra để kiểm tra xem nó đã đủ mềm chưa.

Estaba satisfecho con el olor y el aspecto de la comida.

Ông ấy hài lòng với mùi vị và hình thức của món ăn.

La madre y la hermana los observaban ansiosamente.

Người mẹ và người chị đã lo lắng quan sát họ.

Y empezaron a sonreír con un suspiro de alivio.

Và họ bắt đầu mỉm cười với một tiếng thở phào nhẹ nhõm.

La propia familia iba a comer en la cocina.

Cả gia đình sẽ tự ăn ở trong bếp.

Pero primero el padre fue a ver cómo estaban los inquilinos.

Nhưng trước tiên, người cha đi kiểm tra xem những người thuê trọ thế nào.

Hizo una reverencia, sosteniendo en su mano su gorra de trabajo.

Ông cúi chào một lần, tay cầm chiếc mũ vừa đi làm.

Y caminó en círculo alrededor de la mesa, hacia cada invitado.

Rồi ông đi vòng quanh bàn, đến từng vị khách.

Todos los inquilinos se pusieron de pie y murmuraron algo entre dientes.

Tất cả những người thuê trọ đều đứng dậy, lẩm bẩm vào râu của họ.

Después de que él se fue, comieron en un silencio casi absoluto.

Sau khi anh ấy rời đi, họ ăn trong im lặng gần như hoàn toàn.

A Gregor le pareció extraño que pudiera oír la masticación.

Gregor thấy thật kỳ lạ khi có thể nghe thấy tiếng nhai.

Ningún otro aspecto de la alimentación parecía emitir ningún sonido.

Ngoài ra, dường như không có âm thanh nào phát ra từ việc ăn uống.

Pero podía oír claramente el rechinar de los dientes.

Nhưng anh ta có thể nghe rõ tiếng răng nghiến vào nhau.

Parecían decirle que necesitaba dientes para comer.

Dường như họ đang muốn nói với anh ta rằng anh ta cần có răng để ăn.

"No puedes hacer nada si tus mandíbulas no tienen dientes".

"Nếu hàm của bạn không có răng thì bạn chẳng làm được gì cả."

"Me gustaría comer algo", dijo Gregor ansiosamente.

"Tôi muốn ăn chút gì đó", Gregor nói với vẻ lo lắng.

"Pero no tengo apetito para lo que están comiendo".

"Nhưng tôi không hề có khẩu vị gì với những món mà mọi người đang ăn."

"Mira cómo comen estos huéspedes y yo aquí muriéndome de hambre".

"Hãy nhìn những người trọ kia ăn uống no nê, còn tôi thì đang chết đói."

Aquella noche Gregor pensó por casualidad en el violín.

Tối hôm đó, Gregor chợt nghĩ đến cây vĩ cầm.

No había oído el violín desde la transformación.

Anh ấy đã không nghe thấy tiếng vĩ cầm kể từ khi biến đổi.

Pero entonces, esta noche, se oyó un ruido desde la cocina.

Nhưng tối nay, một âm thanh phát ra từ nhà bếp.

Los caballeros ya habían terminado su cena.

Các quý ông đã dùng xong bữa tối.

El caballero del medio había comenzado a leer un periódico.

Người đàn ông ở giữa bắt đầu đọc báo.

Les había dado a los otros dos caballeros una hoja a cada uno.

Ông ta đã đưa cho hai người đàn ông kia mỗi người một tờ giấy.

Y ahora estaban recostados, leyendo y fumando.

Và giờ họ đang dựa lưng vào ghế, đọc sách và hút thuốc.

Cuando el violín empezó a sonar, se pusieron atentos.

Khi tiếng vĩ cầm bắt đầu vang lên, họ liền chú ý lắng nghe.

Se levantaron y caminaron de puntillas hacia la puerta de la antesala.

Họ đứng dậy và rón rén đi đến cửa phòng chờ.

Allí estaban, acurrucados juntos, escuchando desde la puerta.

Họ đứng co cụm lại, lắng nghe ở cửa.

La familia debió haber escuchado a los hombres desde la cocina.

Chắc hẳn gia đình đã nghe thấy tiếng những người đàn ông từ trong bếp.

Porque el padre los llamó y les preguntó;

Vì người cha gọi họ và hỏi họ;

¿Acaso el violín resulta incómodo para los caballeros?

"Có lẽ đàn vĩ cầm không thoải mái đối với các quý ông?"

"Si no te gusta la música podemos parar inmediatamente."

"Nếu các bạn không thích nhạc thì chúng ta có thể dừng ngay lập tức."

"Al contrario", dijo el centro de los caballeros.

"Ngược lại," người đàn ông ở giữa nhóm nói.

"¿Le gustaría a la señorita tocar el violín en nuestra habitación?"

"Cô gái trẻ có muốn chơi vĩ cầm trong phòng chúng ta không?"

"Definitivamente es mucho más cómodo y acogedor aquí".

"Ở đây chắc chắn thoải mái và ấm cúng hơn nhiều."

El padre respondió como si fuera el propio violinista.

Người cha trả lời như thể chính ông là nghệ sĩ vĩ cầm vậy.

"Oh, por favor, eso sería maravilloso", exclamó el padre.

"Ôi, điều đó thật tuyệt vời," người cha reo lên.

Los caballeros regresaron a la sala de estar y esperaron.

Các quý ông quay trở lại phòng khách và chờ đợi.

Pronto el padre entró en la habitación con el atril.

Chẳng mấy chốc, người cha bước vào phòng cùng với giá để nhạc.

La madre entró en la habitación con el libro de música.

Người mẹ bước vào phòng với cuốn sách nhạc trên tay.

Y la hermana entró en la habitación con el violín.

Rồi người chị gái bước vào phòng với cây vĩ cầm.

Ella preparó todo con calma para tocar el violín.

Cô ấy bình tĩnh chuẩn bị mọi thứ để chơi vĩ cầm.

Los padres exageraron su cortesía y modales.

Cha mẹ đã phóng đại sự lịch sự và lễ nghi của con cái.

Nunca antes habían alquilado habitaciones a huéspedes.

Trước đây họ chưa từng cho thuê phòng trọ bao giờ.

Y ni siquiera se atrevieron a sentarse en sus propias sillas.

Và họ thậm chí còn không dám ngồi xuống ghế của chính mình.

En lugar de sentarse, el padre se apoyó contra la puerta.

Thay vì ngồi, người cha dựa vào cửa.

Su mano derecha estaba entre dos botones de su abrigo.

Tay phải của anh ta đặt giữa hai cúc áo khoác.

Sin embargo, un caballero le ofreció una silla a la madre.

Tuy nhiên, người mẹ được một người đàn ông mời ngồi.

Pero ella se sentó donde el caballero había colocado la silla.

Nhưng bà ấy ngồi vào chỗ mà người đàn ông kia đã đặt chiếc ghế.

Y no había colocado la silla en ningún lugar determinado.

Và ông ấy không đặt chiếc ghế ở vị trí cụ thể nào.

Así que la madre se sentó apartada de todos, en un rincón.

Vì vậy, người mẹ ngồi tách biệt khỏi mọi người, ở một góc.

Y finalmente la hermana empezó a tocar el violín.

Và cuối cùng, người chị bắt đầu chơi vĩ cầm.

Los padres, en lados opuestos, prestaron mucha atención.

Hai bậc phụ huynh, ngồi ở hai phía đối diện, chăm chú theo dõi.

Y observaban atentamente cada movimiento de su mano.

Và họ chăm chú quan sát từng cử động của tay cô ấy.

Gregor también se sentía atraído por la interpretación del violín.

Gregor cũng bị thu hút bởi tiếng đàn vĩ cầm.

Y se aventuró a salir de su habitación un poco más lejos.

Và anh ta mạo hiểm bước ra khỏi phòng thêm một chút.

Él ya estaba con la cabeza dentro de la sala.

Anh ta đã cúi đầu vào trong phòng khách rồi.

Solía enorgullecerse de ser muy considerado.

Trước đây, anh ấy rất tự hào về việc mình là người chu đáo.

Pero últimamente casi no cuestiona su falta de cuidado.

Nhưng gần đây, ông ta hầu như không hề đặt câu hỏi về sự thiếu quan tâm của mình.

Aunque ahora tenía más motivos para esconderse que antes.

Mặc dù giờ đây anh ta có nhiều lý do để trốn hơn trước.

Porque su habitación estaba cubierta de polvo y suciedad diversa.

Vì phòng anh ấy phủ đầy bụi và các loại bẩn khác nhau.

El más leve movimiento levantaba todo tipo de suciedad.

Chỉ cần một cử động nhỏ cũng đủ làm bốc lên đủ loại bụi bẩn.

Toda esa suciedad se le pegó: polvo, pelo, restos de comida.

Tất cả bụi bẩn này bám đầy người anh ta; bụi, tóc, thức ăn thừa.

Podría haber frotado la suciedad contra la alfombra.

Anh ta có thể đã lau sạch bụi bẩn bằng cách chà xát vào thảm.

Esto era algo que solía hacer varias veces al día.

Đây là việc mà ông ấy thường làm vài lần mỗi ngày.

Pero su indiferencia hacia todo era demasiado grande.

Nhưng sự thờ ơ của anh ta đối với mọi thứ lại quá lớn.

Así que no tuvo miedo de avanzar un poco más.

Vì vậy, anh ấy không ngại tiến thêm một bước nữa.

Y se trasladó al inmaculado suelo de la sala de estar.

Và anh ta bước lên sàn nhà sạch bong của phòng khách.

Sin embargo, nadie se dio cuenta ni le prestó atención.

Tuy nhiên, không ai để ý hay quan tâm đến anh ta.

La familia estaba completamente absorta en el concierto.

Cả gia đình hoàn toàn say mê buổi hòa nhạc.

Los caballeros, por el contrario, inicialmente se retiraron.

Ngược lại, các quý ông ban đầu lại rút lui.

Y se quedaron cerca, detrás del atril de la hermana.

Và họ đứng sát phía sau giá để nhạc của người chị.

Si hubieran mirado habrían podido ver las notas musicales.

Nếu họ nhìn kỹ hơn, họ đã có thể thấy các nốt nhạc.

Esto, por supuesto, habría perturbado a la hermana.

Điều này, tất nhiên, sẽ khiến người chị gái cảm thấy khó chịu.

**Luego se quedaron de pie junto a la ventana, en lugar de
sentarse.**

Thay vì ngồi xuống, họ đứng bên cửa sổ.

Con las manos en los bolsillos seguían hablando.

Họ vừa đút tay vào túi quần vừa tiếp tục nói chuyện.

**Permanecieron allí mientras el padre observaba
ansiosamente.**

Họ vẫn ở đó trong khi người cha lo lắng quan sát.

Uno tenía la impresión de que tenían otras expectativas.

Người ta có cảm giác rằng họ có những kỳ vọng khác.

Y realmente parecía como si se hubieran decepcionado.

Và dường như họ đã thực sự thất vọng.

Parecía que ya estaban hartos de la actuación.

Dường như họ đã xem đủ màn trình diễn rồi.

Habían permitido que el violín perturbara su paz.

Họ đã để tiếng vĩ cầm làm xáo trộn sự yên bình của mình.

Y sólo toleraban la música por cortesía.

Và họ chỉ chịu đựng thứ âm nhạc đó vì phép lịch sự.

Lo que más me desconcertó fue cómo expulsaron el humo.

Cách họ thổi bay làn khói thật sự khiến người ta rợn người.

Y aún así, tocaba el violín maravillosamente.

Vậy mà cô ấy vẫn chơi vĩ cầm hay đến thế.

Su rostro estaba inclinado suavemente hacia un lado, sobre el violín.

Khuôn mặt cô hơi nghiêng sang một bên, hướng về phía cây vĩ cầm.

Sus ojos buscaban con tristeza las líneas musicales.

Ánh mắt cô buồn bã dõi theo những giai điệu âm nhạc.

Gregor se sintió atraído un poco más hacia la sala de estar.

Gregor cảm thấy mình bị thu hút vào phòng khách hơn một chút.

Mantuvo la cabeza cerca del suelo, pero miró hacia arriba.

Anh ta giữ đầu sát mặt đất nhưng vẫn nhìn lên.

Tal vez de esta manera la mirada de su hermana podría encontrarse con la suya.

Có lẽ bằng cách này, ánh mắt của em gái anh ấy sẽ chạm phải ánh mắt của anh ấy.

¿Puede realmente decirse que era sólo un animal?

Liệu có thể thực sự nói rằng anh ta chỉ là một con vật?

¿Era un animal si la música podía cautivarlo tanto?

Nếu âm nhạc có thể mê hoặc anh ta đến vậy, liệu anh ta có phải là động vật không?

Sintió como si le mostraran un camino hacia una alimentación desconocida.

Anh cảm thấy như mình được chỉ dẫn một con đường dẫn đến nguồn dưỡng chất chưa từng biết đến.

Quizás éste era el sustento que le faltaba.

Có lẽ đây chính là nguồn dưỡng chất mà anh ta đang thiếu.

Estaba decidido a dirigirse hacia su hermana.

Anh ta quyết tâm tìm đường đến chỗ em gái mình.

Quería tirar de su falda para llamar su atención.

Anh ta muốn kéo váy cô ấy để thu hút sự chú ý của cô.

Quería darle una indicación de una invitación.

Anh ấy muốn gửi cho cô ấy một lời mời.

"Ven a tocar el violín en mi habitación", quiso decir.

"Hãy đến phòng tôi và chơi vĩ cầm," anh ấy muốn nói.

Él quería que ella fuera recompensada por su hermosa música.

Ông ấy muốn cô ấy được tưởng thưởng vì những bản nhạc tuyệt vời của mình.

"Aquí nadie te recompensa por tocar el violín".

"Ở đây không ai thưởng cho bạn vì chơi vĩ cầm cả."

Él ya no quería dejarla salir de su habitación.

Anh ta không muốn để cô ấy ra khỏi phòng mình nữa.

Él quería que ella permaneciera con él mientras viviera.

Ông muốn bà ở bên cạnh ông suốt quãng đời ông còn sống.

Por primera vez su transformación tuvo un beneficio.

Lần đầu tiên sự chuyển đổi của anh ấy mang lại lợi ích.

Su deformidad finalmente iba a serle útil.

Khuyết tật của anh ta cuối cùng cũng sẽ trở nên hữu ích đối với anh ta.

Quería estar en las cuatro puertas simultáneamente.

Anh ta muốn đứng ở cả bốn cánh cửa cùng một lúc.

Quería silbarles y escupirles desde todos los ángulos.

Anh ta muốn rít lên và nhổ nước bọt vào họ từ mọi phía.

Su hermana no debería verse obligada a quedarse con él.

Không nên ép buộc em gái anh ấy phải ở lại với anh ấy.

Él quería que ella eligiera quedarse con él voluntariamente.

Anh ta muốn cô ấy tự nguyện lựa chọn ở lại với anh ta.

Ella iba a sentarse a su lado e inclinarse hacia él.

Cô ấy định ngồi xuống cạnh anh ấy và cúi người xuống gần anh ấy.

Y le iba a contar sobre la escuela de música.

Và anh ấy định kể cho cô ấy nghe về trường nhạc.

Tenía la firme intención de enviarla a la academia.

Ông ta kiên quyết muốn gửi cô ấy đến học viện.

Se lo habría contado a todo el mundo la pasada Navidad.

Ông ấy hẳn đã kể cho mọi người nghe chuyện này vào Giáng sinh năm ngoái rồi.

¿Ya había llegado y pasado realmente la Navidad?

Lễ Giáng sinh đã thực sự đến và đi rồi sao?

Y no habría dejado que nadie le disuadiera de ello.

Và ông ấy sẽ không để bất cứ ai thuyết phục mình từ bỏ ý định đó.

Pero entonces el desafortunado accidente lo detuvo todo.

Nhưng rồi tai nạn không may đã làm gián đoạn mọi thứ.
La hermana se habría sentido abrumada por la emoción.
Người chị hẳn đã vô cùng xúc động.
Y entonces Gregor se habría subido hasta su hombro.
Và rồi Gregor sẽ trèo lên vai cô ấy.
Y la habría consolado besándole el cuello.
Và anh ấy sẽ an ủi cô bằng cách hôn lên cổ cô.
—¡Señor Samsa! —gritó el hombre del medio al padre.
"Ông Samsa!" người đàn ông ở giữa gọi người cha.
Señalaba con su dedo índice hacia Gregor.
Ông ta dùng ngón trỏ chỉ xuống Gregor.
Gregor se movía lentamente por el suelo de la sala de estar.
Gregor đang chậm rãi di chuyển trên sàn phòng khách.
El sonido del violín se silenció muy rápidamente.
Tiếng vĩ cầm nhanh chóng im bặt.
El del medio de los tres hombres sonrió a sus amigos.
Người đàn ông ở giữa trong ba người mỉm cười với hai người bạn của mình.
Luego meneó la cabeza y volvió a mirar a Gregor.
Rồi anh ta lắc đầu và nhìn lại Gregor.
El padre podría haber obligado a Gregor a regresar a su habitación.
Người cha hoàn toàn có thể ép Gregor quay trở lại phòng.
Pero esa no fue la primera acción que decidió tomar.
Nhưng đó không phải là hành động đầu tiên mà ông ấy quyết định thực hiện.
Pensó que era más importante calmar a los caballeros.
Ông ấy cho rằng việc trấn an các quý ông quan trọng hơn.
Aunque en realidad no estaban molestos en absoluto por Gregor.
Mặc dù thực ra họ không hề khó chịu chút nào về Gregor.
Gregor parecía más entretenido que tocar el violín.
Gregor có vẻ thú vị hơn cả tiếng đàn vĩ cầm.
Corrió hacia ellos con los brazos extendidos.
Anh ta vội vàng chạy đến chỗ họ với hai tay dang rộng.
Estaba intentando hacer lo mejor que podía para ocultar su visión de Gregor.

Ông ta đã cố gắng hết sức để che giấu quan điểm của họ về
Gregor.
Y trató de animarlos a regresar a su habitación.
Và ông cố gắng khuyên họ quay trở lại phòng.
En realidad, esto los hizo enfadar un poco.
Thậm chí điều này còn khiến họ hơi khó chịu.
Pero era difícil decir exactamente qué les molestaba.
Nhưng thật khó để nói chính xác điều gì đã làm họ khó chịu.
El padre estaba arruinando la diversión de la noche.
Người cha đã phá hỏng buổi tối vui vẻ của buổi tối.
**Pero también acababan de enterarse de su nuevo compañero
de piso.**
Nhưng họ cũng vừa mới biết về người bạn cùng phòng mới
của mình.
Levantaron las manos tal como lo había hecho el padre.
Họ giơ tay lên giống như người cha đã làm.
Exigieron una explicación inmediata al padre.
Họ yêu cầu người cha phải giải thích ngay lập tức.
Se tiraron inquietos de la barba esperando una respuesta.
Họ bồn chồn vuốt râu để tìm câu trả lời.
Y retrocedieron hasta su habitación, pero muy lentamente.
Và họ lùi về phòng, nhưng rất chậm.
La interrupción había dejado a la hermana en trance.
Sự gián đoạn đó đã khiến người chị rơi vào trạng thái mơ
màng.
Dejó que el violín y el arco colgaran a su lado.
Cô để cây vĩ cầm và cây vĩ treo lủng lẳng bên hông.
Y ella miraba la partitura como si todavía estuviera tocando.
Và cô ấy nhìn vào bản nhạc như thể nó vẫn đang được chơi.
Pero de repente ella regresó a la habitación.
Nhưng rồi đột nhiên cô ấy quay trở lại phòng.
Y ahora había superado el sentimiento de estar perdida.
Và giờ đây, cô đã vượt qua được cảm giác lạc lõng.
Ella colocó el instrumento musical en el regazo de su madre.
Cô đặt nhạc cụ lên đùi mẹ.
**La madre estaba sentada en la silla, respirando con
dificultad.**

Người mẹ ngồi trên ghế, thở hổn hển.

Y entonces la hermana tuvo que correr a la habitación de al lado.

Rồi người em gái phải chạy vào phòng bên cạnh.

Tenía que dejar todo listo para los caballeros.

Cô ấy phải chuẩn bị mọi thứ sẵn sàng cho các quý ông.

Ella arrojó las mantas y los cojines al aire.

Cô ấy tung chăn và gối lên không trung.

Y con sus manos expertas dispuso toda la ropa de cama.

Và với đôi tay khéo léo của mình, bà đã sắp xếp tất cả chăn ga gối đệm.

Terminó antes de que los caballeros llegaran a la habitación.

Cô ấy đã hoàn thành xong trước khi các quý ông đến phòng.

Y ella se escabulló antes de interponerse en su camino.

Và cô ấy đã lẻn đi trước khi kịp cản đường họ.

El padre parecía estar dominado por su propia terquedad.

Người cha dường như bị chính sự bướng bỉnh của mình chi phối.

Y así olvidó todo respeto que debía a sus inquilinos.

Và thế là ông ta quên hết sự tôn trọng mà mình phải dành cho những người thuê nhà.

Empujó y empujó hasta que su portavoz se opuso.

Ông ta cứ thúc ép mãi cho đến khi người phát ngôn của họ phản đối.

Al llegar a la puerta, dio una patada furiosa.

Khi đến cửa, anh ta tức giận dậm chân.

Y con esto logró detener al padre.

Và nhờ vậy, ông ta đã khiến người cha phải dừng lại.

"Por la presente declaro", comenzó dirigiéndose a su propietario.

"Tôi xin tuyên bố," anh ta bắt đầu nói với chủ nhà.

Y levantó la mano, mirando a toda la familia.

Rồi ông giơ tay lên, nhìn về phía tất cả các thành viên trong gia đình.

"En cuanto a las repugnantes condiciones de la habitación;"

"Về điều kiện bẩn thỉu của căn phòng;"

Y se aseguró de que todos escucharan sus palabras.

Và ông ấy đảm bảo rằng mọi người đều đang lắng nghe những lời ông nói.

"Por la presente, le comunico que desocuparé mi habitación".
"Tôi xin thông báo rằng tôi sẽ trả phòng."

Y reiteró su punto escupiendo en el suelo.
Và ông ta còn thể hiện rõ quan điểm của mình bằng cách nhổ nước bọt xuống đất.

"Tampoco pagaré por los días que he vivido aquí."
"Tôi cũng sẽ không trả tiền cho những ngày tôi đã sống ở đây."

Sin embargo, no estaba completamente satisfecho con este reembolso.
Tuy nhiên, ông ấy vẫn chưa hoàn toàn hài lòng với khoản tiền hoàn trả này.

"Y consideraré hacer otras demandas contra usted."
"Và tôi sẽ xem xét việc đưa ra những yêu cầu khác đối với anh."

Créeme, tales exigencias serán muy fáciles de justificar.
"Hãy tin tôi, những yêu cầu như vậy sẽ rất dễ được biện minh."

Él permaneció en silencio y miró directamente al padre.
Anh ta im lặng và nhìn thẳng về phía người cha.

Parecía estar esperando que sucediera algo más.
Anh ta dường như đang mong đợi điều gì đó tồi tệ hơn sẽ xảy ra.

De hecho, sus dos amigos inmediatamente tuvieron la misma idea.
Thực tế, hai người bạn của anh ấy cũng lập tức có cùng ý tưởng đó.

"También estamos cancelando nuestras habitaciones", dijeron al unísono.
"Chúng tôi cũng hủy đặt phòng," họ đồng thanh nói.

Luego agarró la manija de la puerta y cerró la puerta.
Sau đó, anh ta nắm lấy tay nắm cửa và đóng cửa lại.

Y con un fuerte estruendo se encerraron en su habitación.
Và với một tiếng động lớn, họ tự nhốt mình trong phòng.

El padre se tambaleó hasta su silla con manos torpes.

Người cha loạng choạng bước đến ghế, tay chân mò mẫm.

Y se dejó caer en la silla, derrotado.

Và ông ta thả mình xuống ghế, trong lòng thất bại.

Parecía como si fuera a echar su siesta vespertina habitual.

Có vẻ như anh ấy đang chuẩn bị đi ngủ trưa như thường lệ.

Pero su cabeza asintió casi como si no tuviera apoyo.

Nhưng đầu anh ta gật gật như thể không có điểm tựa nào.

Y se podía ver que no estaba durmiendo en absoluto.

Và người ta có thể thấy rõ ràng là anh ta hoàn toàn không ngủ.

Durante todo este tiempo Gregor no se había movido de su sitio.

Suốt thời gian đó, Gregor vẫn không hề nhúc nhích khỏi chỗ của mình.

Todavía estaba donde los caballeros lo habían visto por primera vez.

Ông ta vẫn ở vị trí mà các quý ông đã nhìn thấy ông ta lần đầu tiên.

Incluso si hubiera querido moverse, le resultó imposible.

Ngay cả khi muốn chuyển đi, anh ấy cũng thấy điều đó là không thể.

Por su decepción, o por su hambre.

Vì thất vọng, hoặc vì đói bụng.

Estaba decepcionado por el fracaso de su plan.

Ông ấy thất vọng vì kế hoạch của mình thất bại.

Y estaba débil por el hambre prolongada que sentía.

Và ông ấy đã suy yếu vì cơn đói kéo dài.

Estaba seguro de que en cualquier momento todos se volverían contra él.

Anh ta chắc chắn rằng mọi người có thể quay lưng lại với mình bất cứ lúc nào.

Con esta expectativa de colapso inminente, esperó.

Với dự cảm về sự sụp đổ sắp xảy ra, ông ta chờ đợi.

El violín empezó a deslizarse del regazo de la madre.

Cây vĩ cầm bắt đầu trượt khỏi lòng người mẹ.

Con un sonido resonante el violín cayó al suelo.

Cây vĩ cầm rơi xuống đất với một tiếng động vang dội.

Pero ni siquiera ese repentino ruido estrepitoso lo sobresaltó.

Nhưng ngay cả tiếng đổ vỡ đột ngột đó cũng không làm anh ta giật mình.

«Queridos padres», dijo la hermana, «esto no puede continuar».

"Kính thưa bố mẹ," người chị nói, "chuyện này không thể tiếp tục được nữa."

Y golpeó la mesa con la mano para dejar claro su punto.

Và cô ấy đập mạnh tay xuống bàn để nhấn mạnh quan điểm của mình.

"No diré el nombre de mi hermano delante de este monstruo".

"Tôi sẽ không bao giờ nhắc đến tên anh trai mình trước mặt con quái vật này."

"Por eso lo digo lo más claramente posible:"

"Đó là lý do tại sao tôi nói điều này một cách thẳng thắn nhất có thể:"

"No tenemos otra opción que deshacernos de este animal".

"Chúng ta không còn lựa chọn nào khác ngoài việc loại bỏ con vật này."

"Hicimos lo mejor que pudimos para tolerar y cuidar a este animal".

"Chúng tôi đã cố gắng hết sức để dung thứ và chăm sóc con vật này."

"No creo que nadie pueda culparnos en lo más mínimo".

"Tôi nghĩ chẳng ai có thể trách chúng tôi được chút nào."

"Tiene mil veces razón", asintió el padre.

"Cô ấy hoàn toàn đúng," người cha đồng tình.

La madre aún no había recuperado del todo el aliento.

Người mẹ vẫn chưa hoàn toàn lấy lại được hơi thở.

Ella empezó a toser sordamente en su mano, respirando con dificultad.

Cô bắt đầu ho khan vào tay, thở hổn hển.

Y una expresión de locura comenzó a surgir en sus ojos.

Và một vẻ điên loạn bắt đầu hiện lên trong mắt cô ta.

La hermana corrió hacia su madre y le sujetó la frente.

Người em gái vội vàng chạy đến bên mẹ và ôm lấy trán mẹ.

El padre pareció inspirarse en las palabras de la hermana.

Người cha dường như đã được truyền cảm hứng từ những lời nói của người em gái.

Y sus pensamientos parecían ser más claros que antes.

Và suy nghĩ của anh ấy dường như sáng suốt hơn trước.

Dejó de asentir con la cabeza y volvió a sentarse derecho.

Ông ta ngừng gật đầu và ngồi thẳng dậy.

Y jugaba con la gorra de sirviente, sumido en sus pensamientos.

Và ông ta nghịch chiếc mũ của người hầu, trầm ngâm suy nghĩ.

Los platos de los inquilinos todavía estaban sobre la mesa.

Những chiếc đĩa của người thuê nhà vẫn còn trên bàn.

Y a veces miraba hacia el silencioso Gregor.

Và thỉnh thoảng anh ta lại nhìn về phía Gregor đang im lặng.

"Tenemos que intentar deshacernos de él", le dijo la hermana.

"Chúng ta phải tìm cách loại bỏ nó," người chị nói với anh.

La madre estaba demasiado ocupada tosiendo como para escuchar.

Người mẹ quá bận ho nên không nghe thấy gì cả.

"Los matará a ambos, ya lo veo venir."

"Nó sẽ giết cả hai người, tôi đã thấy trước được điều đó."

"No podemos seguir trabajando tan duro como lo hacemos todos."

"Chúng ta không thể cứ tiếp tục làm việc chăm chỉ như hiện tại được."

"Y cada día tenemos que volver a casa y encontrarnos con esta tortura."

"Và mỗi ngày chúng tôi đều phải trở về nhà và chịu đựng sự tra tấn này."

"No podemos soportarlo más. No puedo soportarlo."

"Chúng ta không thể chịu đựng thêm nữa. Tôi không thể chịu đựng thêm nữa."

Ella cayó ante su madre en un último estallido de lágrimas.

Cô ấy gục xuống bên mẹ trong những giọt nước mắt cuối cùng.

Las lágrimas cayeron por su rostro y sobre el de su madre.

Nước mắt lăn dài trên khuôn mặt cô, rơi xuống cả mặt mẹ cô.

Y se secó las lágrimas con un movimiento mecánico.

Và cô ấy lau nước mắt một cách máy móc.

"Hijo mío", dijo el padre con voz compasiva.

"Con trai của ta," người cha nói bằng giọng đầy thương cảm.

Había profunda simpatía y comprensión en su voz.

Trong giọng nói của ông ấy thể hiện sự cảm thông và thấu hiểu sâu sắc.

«Pero ¿qué debemos hacer?», confesó no saberlo.

"Nhưng chúng ta nên làm gì?", anh ta thú nhận là không biết.

La hermana simplemente se encogió de hombros con impotencia.

Người chị chỉ biết nhún vai tỏ vẻ bất lực.

Y su confianza anterior fue reemplazada nuevamente por lágrimas.

Và sự tự tin trước đó của cô ấy lại được thay thế bằng những giọt nước mắt.

«Si nos entendiera», dijo el padre en voz alta.

"Giá mà thằng bé hiểu chúng ta," người cha nói lớn.

Y se preguntó si tal vez Gregor entendía.

Và anh ta hơi nghi ngờ liệu Gregor có hiểu điều đó không.

La hermana simplemente sacudió su mano violentamente mientras lloraba.

Người chị gái vừa khóc vừa lắc tay mạnh.

Y entonces ella señaló que no se debía pensar en esa idea.

Vì vậy, bà ấy ra hiệu rằng không nên nghĩ đến ý tưởng đó.

«¡Si nos comprendiera!», repitió el padre.

"Nhưng giá như thằng bé hiểu chúng ta," người cha lặp lại.

Cerrando los ojos consideró la respuesta de la hermana.

Anh nhắm mắt lại và suy ngẫm câu trả lời của người chị.

"Si lo entendiera se podría llegar a un acuerdo con él."

"Nếu ông ta hiểu được thì có thể đạt được thỏa thuận với ông ấy."

"Pero estando las cosas como están..."

"Nhưng với tình hình hiện tại..."

"Tiene que irse", gritó la hermana, "es la única manera".

"Nó phải đi thôi," người chị kêu lên, "đó là cách duy nhất."

"Tienes que deshacerte de la idea de que es Gregor".

"Bạn phải gạt bỏ suy nghĩ rằng đó là Gregor."

"Que lo hayamos creído durante tanto tiempo es nuestra verdadera desgracia."

"Điều bất hạnh thực sự của chúng ta là chúng ta đã tin điều đó quá lâu."

«¿Pero cómo puede ser Gregor?», le preguntó a su padre.

"Nhưng làm sao có thể là Gregor được?" cô hỏi cha mình.

"Sabía que un animal así no podía coexistir con los humanos".

"Ông ấy biết rằng loài vật như vậy không thể sống chung với con người."

Gregor nos habría abandonado hace mucho tiempo, voluntariamente.

"Gregor lẽ ra đã rời bỏ chúng ta từ lâu rồi, một cách tự nguyện."

"Es cierto, entonces no tendríamos ningún hermano."

"Đúng vậy, nếu thế thì chúng ta sẽ không còn người anh em nào nữa."

"Pero podríamos seguir viviendo y honrar su memoria".

"Nhưng chúng ta vẫn có thể tiếp tục sống và tưởng nhớ ông ấy."

"Pero esta bestia nos persigue y ahuyenta a nuestros labradores."

"Nhưng con thú này cứ đuổi theo chúng tôi và xua đuổi những người thuê nhà của chúng tôi."

"Es evidente que quiere apoderarse de todo el apartamento".

"Rõ ràng là nó muốn chiếm toàn bộ căn hộ."

"Esta bestia quiere hacernos dormir en la calle."

"Con quái vật này muốn bắt chúng ta ngủ ngoài đường."

«Mira, padre», gritó de repente, «¡se mueve otra vez!»

"Nhìn kìa, bố!" cô bé đột nhiên kêu lên, "ông ấy lại cử động rồi!"

E hizo algo que ni siquiera Gregor pudo entender.

Và nàng đã làm một việc mà ngay cả Gregor cũng không thể hiểu nổi.

Ella se apartó, como sacrificando a la madre.

Cô ấy đẩy người mẹ ra xa, như thể đang hy sinh chính mình.

Y ella corrió detrás de su padre buscando algún tipo de seguridad.

Và cô bé chạy theo sau cha mình để tìm kiếm sự an toàn.

El padre estaba agitado únicamente porque su hija lo estaba.

Người cha chỉ bực bội vì con gái mình bực bội.

Pero entonces él también se levantó y levantó los brazos sobre ella.

Nhưng rồi anh ta cũng đứng dậy và giơ hai tay về phía cô.

Pero Gregor no tenía intención de asustar a nadie.

Nhưng Gregor không hề có ý định làm ai sợ hãi.

Sobre todo no pensó en asustar a su hermana.

Anh ấy hoàn toàn không có ý định làm em gái mình sợ hãi.

Él sólo estaba intentando regresar a su habitación.

Anh ta chỉ đang cố gắng quay trở lại phòng mình.

Pero dado que su estado estaba empeorando, incluso esto era difícil.

Nhưng trong tình trạng sức khỏe ngày càng xấu đi, ngay cả điều này cũng khó khăn.

Y ya no tenía pleno uso de todas sus piernas.

Và ông ấy không còn sử dụng được toàn bộ đôi chân của mình nữa.

Entonces usó su cabeza para levantar su cuerpo y girar.

Vì vậy, anh ta dùng đầu để nâng thân mình lên và xoay người.

Hizo una pausa y miró a su alrededor esperando la aprobación de la familia.

Anh ta dừng lại và nhìn quanh để tìm sự đồng ý của gia đình.

Su buena intención parecía haber sido reconocida.

Ý định tốt của anh ấy dường như đã được ghi nhận.

Su movimiento sólo había sido un shock momentáneo para ellos.

Hành động của anh ta chỉ gây bất ngờ nhất thời cho họ.

Ahora todos lo miraban en un silencio infeliz.

Lúc này, tất cả mọi người đều nhìn anh ta trong im lặng với vẻ mặt buồn bã.

La madre seguía tumbada en el sillón, exhausta.

Người mẹ vẫn nằm trên ghế bành, mệt mỏi rã rời.

El padre y la hermana estaban sentados uno al lado del otro.

Người cha và người chị đang ngồi cạnh nhau.

«Quizás ahora me dejen dar la vuelta», pensó Gregor.

"Có lẽ giờ họ sẽ cho mình quay lại," Gregor nghĩ.

Y continuó haciendo su torpe movimiento de giro.

Và anh ta tiếp tục thực hiện động tác xoay người vụng về của mình.

No podía reprimir los jadeos ocasionales de esfuerzo.

Anh ấy không thể kìm nén những tiếng thở hổn hển vì gắng sức.

Y se vio obligado a descansar un par de veces entre uno y otro.

Và anh ấy buộc phải nghỉ ngơi một vài lần giữa chừng.

Ya nadie le obligaba a apresurarse; la decisión estaba en sus manos.

Không ai thúc giục anh ta vội vàng nữa; mọi chuyện tùy thuộc vào anh ta.

Al final completó el giro lento y doloroso.

Cuối cùng, anh ấy đã hoàn thành cú xoay người chậm rãi và đầy khó khăn đó.

Inmediatamente comenzó a caminar directamente de regreso a su habitación.

Anh ta lập tức đi thẳng về phòng mình.

Se sorprendió de lo lejos que estaba de su habitación.

Anh ta kinh ngạc vì khoảng cách từ phòng mình đến nơi lại xa đến vậy.

¿Cómo, a pesar de su debilidad, había llegado allí antes?

Dù sức khỏe yếu, làm sao mà trước đó ông ta lại đến được đó được?

Había recorrido casi el mismo camino sin darse cuenta.

Anh ta đã đi gần như cùng một con đường mà không hề hay biết.

Ahora él sólo se concentró en gatear tan rápido como podía.

Lúc này, cậu chỉ tập trung vào việc bò nhanh nhất có thể.

La falta de comentarios por parte de alguien no le inquietó.

Việc không nhận được bất kỳ bình luận nào cũng không làm anh ấy phiền lòng.

Sólo cuando ya estaba en la puerta giró la cabeza.

Chỉ khi đã vào đến cửa, anh ta mới quay đầu lại.

Pero no pudo darse la vuelta para mirar hacia atrás por completo.

Nhưng anh ta không thể quay người lại hoàn toàn để nhìn về phía sau.

Porque sintió que su cuello se ponía aún más rígido al girarse.

Vì anh cảm thấy cổ mình càng cứng hơn khi quay người.

Pero vio que de todas formas nada había cambiado detrás de él.

Nhưng anh ta nhận thấy phía sau mình chẳng có gì thay đổi cả.

La única diferencia fue que su hermana se puso de pie.

Điểm khác biệt duy nhất là em gái anh ấy đã đứng lên bảo vệ anh ấy.

Su última mirada mostró que su madre se había quedado dormida.

Lần cuối cùng anh liếc nhìn, anh thấy mẹ mình đã ngủ thiếp đi.

Tan pronto como estuvo dentro de su habitación la puerta se cerró.

Vừa bước vào phòng, cánh cửa đã được đóng lại.

Y tan pronto como la puerta se cerró, el cerrojo quedó bloqueado.

Và ngay khi cánh cửa đóng lại, ổ khóa đã được khóa chặt.

Gregor se asustó por el ruido inesperado que se oía detrás.

Gregor giật mình vì tiếng động bất ngờ phía sau.

Y sus piernas se doblaron bajo él por la repentina sorpresa.

Và đôi chân anh ta khuỵu xuống vì sự bất ngờ đột ngột.

Fue la hermana quien corrió hacia la puerta detrás de él.

Chính người em gái đã vội vã chạy ra cửa phía sau anh ta.

Ella ya se encontraba allí de pie, esperándolo.

Cô ấy đã đứng thẳng người ở đó và chờ anh ta.

Luego saltó hacia delante ligeramente sin que Gregor la oyera.

Sau đó, cô nhẹ nhàng nhảy về phía trước mà Gregor không hề hay biết.

"¡Por fin!" gritó en voz alta mientras giraba la llave.

"Cuối cùng cũng xong!" cô ấy reo lên khi vặn chìa khóa.

"¿Y ahora qué?", se preguntó Gregor, solo en la oscuridad.

"Giờ thì sao đây?", Gregor tự hỏi, một mình trong bóng tối.

Pronto descubrió que ya no podía moverse en absoluto.

Ông sớm nhận ra rằng mình không thể cử động được nữa.

Pero no le sorprendió realmente su inmovilidad.

Nhưng ông ấy không thực sự ngạc nhiên trước tình trạng bất động của mình.

Poder moverse con piernas tan delgadas parecía ridículo.

Việc có thể di chuyển với đôi chân gầy gò như vậy trông thật nực cười.

No sabía cómo había sido capaz de hacerlo.

Anh ấy không hiểu bằng cách nào mình lại có thể làm được điều đó trước đây.

Pero aparte de eso se sentía relativamente cómodo.

Nhưng ngoài điều đó ra, anh ấy cảm thấy khá thoải mái.

Es cierto que sentía un dolor profundo en todo el cuerpo.

Đúng là anh ấy cảm thấy đau đớn dữ dội khắp cơ thể.

Pero el dolor parecía hacerse cada vez más débil.

Nhưng cơn đau dường như ngày càng yếu đi.

Y sintió que el dolor eventualmente desaparecería.

Và anh cảm thấy cơn đau cuối cùng sẽ biến mất.

Ya casi no sentía la manzana podrida en su espalda.

Anh ta hầu như không còn cảm thấy quả táo thối ở lưng nữa.

Pensó en su familia con emoción y amor.

Anh ấy hồi tưởng về gia đình mình với đầy xúc động và tình yêu thương.

Sintió las emociones de su hermana incluso más que ella misma.

Anh cảm nhận được cảm xúc của em gái mình còn sâu sắc hơn cả chính cô ấy.

Ella tenía razón en lo que había dicho: él tenía que irse.
Cô ấy nói hoàn toàn đúng; anh ta phải rời đi.
Pasó algún tiempo en ese estado vacío y pacífico.
Ông đã dành một khoảng thời gian ở trạng thái tĩnh lặng và thanh bình này.
El reloj dio tres veces, silenciosamente, pero con firmeza.
Chiếc đồng hồ điểm ba lần, nhẹ nhàng nhưng chắc chắn.
Gregor fue sacado suavemente de sus meditaciones.
Gregor được nhẹ nhàng kéo ra khỏi những suy tư của mình.
Observó cómo la luz de la mañana entraba lentamente en su habitación.
Anh ngắm nhìn ánh sáng ban mai từ từ tràn vào phòng mình.
Entonces su cabeza se hundió por completo, sin su voluntad.
Rồi đầu anh ta gục xuống hoàn toàn, không theo ý muốn của anh ta.
Y su último aliento fluyó débilmente de su nariz.
Và hơi thở cuối cùng yếu ớt thoát ra từ lỗ mũi ông.

La criada entró en su habitación temprano en la mañana.
Cô hầu gái vào phòng ông ấy từ sáng sớm.
No encontró nada inusual durante su corta visita habitual.
Trong chuyến thăm ngắn thường lệ của mình, bà ấy không phát hiện điều gì bất thường.
Con fuerza y prisa cerró de golpe todas las puertas.
Vì quá vội vàng và mất sức, cô ấy đã đóng sầm tất cả các cánh cửa lại.
No fue posible dormir tranquilo en todo el apartamento.
Cả căn hộ không cho phép ai ngủ ngon giấc.
Le habían pedido que evitara hacer esto por la mañana.
Cô ấy đã được yêu cầu tránh làm việc này vào buổi sáng.
Ella pensó que él yacía allí inmóvil a propósito.
Cô ấy nghĩ rằng anh ta nằm bất động như vậy là có chủ đích.
Quizás quería demostrarle que estaba ofendido.
Có lẽ anh ta muốn cho cô ấy thấy rằng anh ta cảm thấy bị xúc phạm.
Ella confiaba en que él tenía todo tipo de inteligencia.
Cô ấy tin tưởng anh ta sở hữu đủ mọi loại trí thông minh.

Ella sostenía por casualidad la escoba larga en su mano.

Cô ấy tình cờ cầm cây chổi dài trong tay.

Entonces, desde la puerta, intentó hacerle un poco de cosquillas a Gregor.

Vậy là, từ cửa, cô ấy cố gắng cù lét Gregor một chút.

Ella estaba un poco molesta porque él no respondió en absoluto.

Cô ấy hơi khó chịu vì anh ta không hề trả lời.

Así que esta vez lo empujó un poco más firmemente.

Vì vậy, lần này cô ấy đẩy anh ta mạnh hơn một chút.

Cuando él no ofreció resistencia, ella lo miró más de cerca.

Khi thấy anh ta không phản kháng, cô ấy nhìn kỹ hơn.

Pronto se dio cuenta de lo que realmente le había sucedido a Gregor.

Cô ấy nhanh chóng nhận ra điều gì thực sự đã xảy ra với Gregor.

Abrió más los ojos y silbó para sí misma.

Cô mở to mắt hơn và huýt sáo khe khẽ.

Pero no perdió mucho tiempo antes de abrir la puerta.

Nhưng cô ấy không mất nhiều thời gian trước khi mở cửa.

Y clamó a gran voz en la oscuridad:

Và nàng cất tiếng gọi lớn vào bóng tối:

"Ven a echarle un vistazo, ahí está, completamente muerto."

"Lại đây xem, nó nằm đó, chết hẳn rồi."

Los dos padres estaban sentados erguidos en el lecho conyugal.

Hai vợ chồng ngồi thẳng lưng trên giường ngủ.

Primero tuvieron que superar el impacto del ruido.

Trước tiên, họ phải vượt qua cú sốc bởi tiếng ồn.

Pero poco a poco empezaron a comprender su mensaje.

Nhưng rồi họ dần dần hiểu được thông điệp của cô ấy.

El señor y la señora Samsa saltaron cada uno de su lado de la cama.

Ông bà Samsa mỗi người nhảy ra khỏi giường.

El señor Samsa se echó la gruesa manta sobre los hombros.

Ông Samsa khoác chiếc chăn dày lên vai.

Y la señora Samsa salió sin nada más que su camisón.

Và bà Samsa bước ra chỉ mặc mỗi áo ngủ.

Y así entraron en la habitación de Gregor.

Và đó là cách họ vào được phòng của Gregor.

Mientras tanto, la puerta de la sala de estar también se había abierto.

Trong khi đó, cánh cửa phòng khách cũng đã mở ra.

Grete había dormido allí desde que los inquilinos se mudaron.

Grete đã ngủ ở đó kể từ khi những người thuê nhà chuyển đến.

Estaba completamente vestida como si no hubiera dormido en absoluto.

Cô ấy ăn mặc chỉnh tề như thể chưa hề ngủ chút nào.

Su rostro pálido también parecía demostrar su falta de sueño.

Khuôn mặt tái nhợt của cô ấy dường như cũng chứng tỏ cô ấy thiếu ngủ.

"¿Está muerto?" preguntó la señora Samsa, mirando a la criada.

"Ông ấy chết rồi sao?" bà Samsa hỏi, nhìn người hầu gái.

Ella podría haberlo confirmado mirándolo ella misma.

Cô ấy hoàn toàn có thể tự mình xác nhận điều này bằng cách nhìn vào anh ta.

"Creo que sí", dijo la criada cogiendo la escoba.

"Tôi nghĩ vậy," người hầu gái nói, vừa nhặt cây chổi lên.

Y ella empujó su cuerpo muy lejos por el suelo.

Và cô ta đẩy xác anh ta đi một quãng đường dài trên sàn nhà.

La señora Samsa hizo un movimiento como si quisiera detenerla.

Bà Samsa khẽ cử động như muốn ngăn cô lại.

Pero al final dejó que la criada llevara a Gregor de un lado a otro.

Nhưng cuối cùng, bà ta lại để cô hầu gái lừa gạt Gregor.

—Bueno —dijo el señor Samsa—, por fin podemos dar gracias a Dios.

"Cuối cùng thì chúng ta cũng có thể tạ ơn Chúa rồi," ông Samsa nói.

Hizo la señal de la cruz; cabeza, pecho, hombros.

Ông làm dấu thánh giá; đầu, ngực, vai.

Y las tres mujeres siguieron su ejemplo religioso.

Và ba người phụ nữ đã noi theo tấm gương đạo đức của ông.

Grete, que no apartaba la vista del cadáver, dijo:

Grete, người không rời mắt khỏi xác chết, nói:

"Mira qué delgado estaba, hacía tanto tiempo que no comía."

"Nhìn xem anh ta gầy gò thế nào, chắc lâu lắm rồi anh ta không ăn gì."

"La comida que le dejaba cada mañana siempre estaba intacta."

"Thức ăn tôi để lại cho anh ấy mỗi sáng luôn được giữ nguyên vẹn."

De hecho, el cuerpo de Gregor estaba completamente plano y seco.

Thực tế, thi thể của Gregor hoàn toàn phẳng và khô.

Esto era más visible ahora que estaba en el suelo.

Điều này càng trở nên rõ ràng hơn khi anh ta đã nằm trên mặt đất.

Porque su cuerpo ya no era levantado por sus piernas.

Vì thân thể anh ta không còn được nâng đỡ bởi đôi chân nữa.

Y porque no había nada más que distrajera la vista.

Và bởi vì không có gì khác làm xao nhãng tầm nhìn.

—Ven un rato con nosotros, Grete —dijo la señora Samsa.

"Vào trong này với chúng tôi một lát nhé, Grete," bà Samsa nói.

Había una sonrisa dolorosa en sus labios mientras hablaba.

Trên môi cô ấy hiện lên một nụ cười gượng gạo khi nói.

Grete los siguió, pero también miró hacia el cadáver.

Grete đi theo họ, nhưng cũng ngoái nhìn lại xác chết.

La criada cerró la puerta y abrió completamente la ventana.

Cô hầu gái đóng cửa lại và mở toang cửa sổ.

Todavía era temprano, por lo que normalmente el aire estaría frío.

Lúc đó vẫn còn sớm nên không khí thường sẽ lạnh.

Pero tambіén había una mezcla de calidez en el aire frío.

Nhưng trong không khí lạnh giá ấy cũng pha lẫn chút ấm áp.

Como un suave recordatorio de que ya era finales de marzo.

Như một lời nhắc nhở nhẹ nhàng rằng đã cuối tháng Ba rồi.

Los tres inquilinos ahora también salieron de su habitación.

Ba người thuê nhà lúc này cũng bước ra khỏi phòng.

Miraron a su alrededor con asombro en busca de su desayuno.

Họ nhìn xung quanh với vẻ kinh ngạc, tìm kiếm bữa sáng của mình.

El desayuno fue olvidado por lo que encontró la criada.

Bữa sáng bị hủy bỏ vì những gì người hầu gái phát hiện ra.

"¿Dónde está el desayuno?" se quejó el caballero del medio.

"Bữa sáng đâu?" người đàn ông ở giữa càu nhàu.

La criada se llevó el dedo a la boca para ordenar silencio.

Cô hầu gái đưa ngón tay lên miệng ra hiệu im lặng.

Y ella rápidamente y en silencio saludó a los caballeros.

Và cô ấy vội vàng và lặng lẽ vẫy tay chào các quý ông.

La criada acompañó a los tres caballeros a la habitación.

Cô hầu gái dẫn ba vị quý ông vào phòng.

Y continuó explicándoles lo que había sucedido.

Và cô ấy tiếp tục giải thích cho họ những gì đã xảy ra.

Y los tres caballeros estaban alrededor del cadáver de Gregor.

Và ba người đàn ông đứng xung quanh thi thể của Gregor.

Con las manos en los bolsillos miraron hacia abajo.

Họ đút tay vào túi quần và cúi đầu xuống.

La luz de la mañana ahora había inundado completamente la habitación.

Ánh sáng ban mai đã tràn ngập căn phòng.

Entonces se abrió la puerta del dormitorio y apareció el señor Samsa.

Sau đó, cửa phòng ngủ mở ra và ông Samsa xuất hiện.

A un lado estaba su esposa y al otro su hija.

Một bên là vợ ông, bên kia là con gái ông.

Para entonces el señor Samsa ya llevaba puesto su uniforme.

Lúc này, ông Samsa đã mặc xong đồng phục.

Se podía ver que todos habían estado llorando un poco.

Ai cũng có thể thấy rằng tất cả bọn họ đều đã khóc một chút.

Grete presionó su cara contra el brazo de su padre.

Grete áp mặt vào cánh tay cha mình.

"¡Sal de mi apartamento inmediatamente!" ordenó el señor Samsa.

"Hãy rời khỏi căn hộ của tôi ngay lập tức!" ông Samsa ra lệnh.

Y señaló la puerta sin dejar salir a las mujeres.

Và ông ta chỉ tay về phía cửa mà không cho phép những người phụ nữ đi.

"¿Qué quieres decir?" preguntó el intermediario desconcertado.

"Ý ông là sao?" người trung gian hỏi với vẻ bối rối.

Y él hizo lo mejor que pudo para sonreír dulcemente al señor Samsa.

Và anh ta cố gắng hết sức để mỉm cười thật ngọt ngào với ông Samsa.

Los otros dos llevaban las manos tras la espalda.

Hai người còn lại thì khoanh tay ra sau lưng.

Y se frotaron las manos con anticipación.

Và họ xoa hai tay vào nhau đầy mong đợi.

Parecía que esperaban que se produjera una fuerte pelea.

Dường như họ đã đoán trước được sẽ có một cuộc cãi vã lớn tiếng.

Pero ellos parecían estar contentos con la discusión que se avecinaba.

Nhưng họ có vẻ vui mừng về cuộc tranh luận sắp diễn ra.

Creían que la disputa sería a su favor.

Họ cho rằng cuộc tranh chấp sẽ có lợi cho họ.

"Quiero decir exactamente lo que acabo de decir", respondió el señor Samsa.

"Ý tôi chính xác là những gì tôi vừa nói," ông Samsa đáp lại.

Caminó en línea recta con sus dos compañeros.

Anh ta đi thẳng hàng cùng hai người bạn đồng hành.

Y el señor Samsa se dirigió directamente a su caballero principal.

Và ông Samsa đã trực tiếp tiếp cận người đứng đầu của họ.

El caballero primero se quedó quieto, mirando al suelo.

Ban đầu, người đàn ông đứng im, nhìn xuống đất.

El contenido de su cabeza todavía estaba ordenándose.
Những suy nghĩ trong đầu anh ta vẫn đang dần hình thành.
—Está bien, nos vamos —dijo y miró al señor Samsa.
"Được rồi, chúng tôi sẽ đi," anh ta nói và ngước nhìn ông Samsa.
Una nueva humildad pareció apoderarse de él de repente.
Một sự khiêm nhường mới dường như đột nhiên bao trùm lấy ông.
Y parecía estar pidiendo permiso para esta decisión.
Và dường như ông ấy đang xin phép trước khi đưa ra quyết định này.
El señor Samsa abrió mucho los ojos y asintió un poco.
Ông Samsa mở to mắt và khẽ gật đầu.
Los caballeros obedecieron inmediatamente su orden.
Các quý ông lập tức tuân theo mệnh lệnh của ông ta.
Y efectivamente dieron largos pasos por el pasillo.
Và họ thực sự đã sải bước dài vào hành lang.
Sus amigos ya habían dejado de frotarse las manos.
Bạn bè anh ấy đã ngừng xoa tay.
Habían estado escuchando cómo iba la conversación.
Họ đã lắng nghe diễn biến cuộc trò chuyện.
Y ahora corrían tras él, como si tuvieran miedo.
Và họ đang đuổi theo anh ta, như thể đang sợ hãi.
El señor Samsa aún podría aislarlos de su líder.
Ông Samsa vẫn có thể cô lập họ khỏi người lãnh đạo của mình.
Sacaron sus palos del contenedor.
Họ lấy những chiếc que của mình ra khỏi hộp đựng que.
Y se inclinaron en silencio antes de salir del apartamento.
Và họ cúi đầu im lặng trước khi rời khỏi căn hộ.
El señor Samsa y las dos mujeres salieron del patio delantero.
Ông Samsa và hai người phụ nữ bước ra khỏi sân trước.
Pero en realidad no tenían motivos para desconfiar de los hombres.
Nhưng thực tế họ không có lý do gì để không tin tưởng những người đàn ông đó.

Se apoyaron en la barandilla para comprobar si se habían ido.

Họ dựa vào lan can để kiểm tra xem họ đã đi chưa.

Los tres caballeros efectivamente estaban bajando las escaleras.

Quả thật, ba người đàn ông đó đang đi xuống cầu thang.

En un determinado recodo de la escalera desaparecieron.

Họ biến mất tại một khúc quanh nhất định của cầu thang.

Y entonces la escalera los trajo de nuevo a la vista.

Và rồi cầu thang lại đưa họ vào tầm mắt.

Esta aparición y desaparición se repite en cada piso.

Hiện tượng xuất hiện rồi biến mất này lặp đi lặp lại trên mỗi tầng.

Pero al final casi habían llegado al fondo.

Nhưng cuối cùng họ gần như đã chạm đến đáy.

Cuanto más avanzaban, más aburridos parecían.

Càng đi xa, họ càng thấy nhàm chán.

Todos regresaron a casa, como si se sintieran aliviados.

Mọi người trở về nhà với vẻ mặt nhẹ nhõm.

Decidieron aprovechar el día para descansar y salir a pasear.

Họ quyết định dành cả ngày để nghỉ ngơi và đi dạo.

Sentían que merecían este descanso de su trabajo.

Họ cảm thấy mình xứng đáng được nghỉ ngơi sau những giờ làm việc căng thẳng.

No sólo merecían este descanso, sino que lo necesitaban.

Họ không chỉ xứng đáng với kỳ nghỉ này, mà họ còn rất cần nó.

Se sentaron a la mesa para escribir cartas de disculpas.

Họ ngồi xuống bàn để viết thư xin lỗi.

El señor Samsa escribió una carta de disculpas a su dirección.

Ông Samsa đã viết thư xin lỗi gửi cho ban quản lý của mình.

La señora Samsa escribió su carta de disculpas a sus clientes.

Bà Samsa đã viết thư xin lỗi gửi đến các khách hàng của mình.

Y Grete escribió su carta de disculpa a su director.

Và Grete đã viết thư xin lỗi hiệu trưởng của mình.

Mientras todos escribían, la criada llegó a la habitación.

Trong lúc mọi người đang viết, người hầu gái bước vào phòng.

Su trabajo de la mañana había terminado, por lo que se dirigía a casa.

Công việc buổi sáng của cô ấy đã xong, vì vậy cô ấy đang về nhà.

Los tres escritores asintieron al principio, sin levantar la vista.

Ba nhà văn ban đầu gật đầu mà không ngẩng đầu lên.

Pero la criada no parecía querer irse todavía.

Nhưng cô hầu gái dường như vẫn chưa muốn rời đi.

Esperó un poco, hasta que los tres escritores levantaron la vista.

Cô đợi một lát, cho đến khi ba nhà văn ngẩng đầu lên.

"¿Y bien?" preguntó el señor Samsa, enojado como los demás.

"Vậy thì sao?" ông Samsa hỏi, giọng giận dữ, giống như những người khác.

La criada estaba parada en la puerta con una sonrisa en su rostro.

Cô hầu gái đứng ở cửa với nụ cười trên môi.

Dio la impresión de tener buenas noticias que informar.

Cô ấy tạo ấn tượng rằng mình có tin tốt muốn báo.

Pero ella no iba a compartir la noticia a menos que se lo pidieran.

Nhưng cô ấy sẽ không chia sẻ tin tức đó trừ khi được hỏi.

La pluma de avestruz erguida sobre su sombrero se balanceaba ligeramente.

Chiếc lông đà điểu dựng đứng trên mũ của cô khẽ đung đưa.

Aquella pluma de avestruz siempre había molestado al señor Samsa.

Chiếc lông đà điểu đó luôn khiến ông Samsa khó chịu.

—Entonces, ¿qué quieres? —preguntó la señora Samsa con firmeza.

"Vậy cô muốn gì?" bà Samsa hỏi một cách dứt khoát.

La criada todavía tenía mucho respeto por la señora Samsa.

Người hầu gái vẫn rất kính trọng bà Samsa.

"Sí", respondió ella y soltó una carcajada amistosa.

"Vâng," cô ấy trả lời và bật cười thân thiện.

Por un momento su risa le impidió hablar.

Trong giây lát, tiếng cười khiến cô ấy không thể nói nên lời.

"No tienes que preocuparte por esa cosa de al lado".

"Bạn không cần phải lo lắng về thứ ở nhà bên cạnh."

"Ya he decidido cómo nos desharemos de él".

"Tôi đã lên kế hoạch cho việc loại bỏ nó rồi."

La señora Samsa y Grete continuaron escribiendo sus cartas.

Bà Samsa và Grete tiếp tục viết thư cho nhau.

Pero el señor Samsa se dio cuenta de que la criada aún no había terminado.

Nhưng ông Samsa nhận thấy người hầu gái vẫn chưa làm xong.

Ahora quería describir todo con más detalle.

Giờ thì cô ấy muốn mô tả mọi thứ chi tiết hơn.

Pero él extendió su mano para rechazar sus esfuerzos.

Nhưng anh ta đã chìa tay ra để từ chối những nỗ lực của cô.

Se dio cuenta de que no estaban interesados en sus planes.

Cô nhận ra họ không hề quan tâm đến kế hoạch của mình.

Y entonces recordó la gran prisa en la que había estado.

Rồi cô nhớ lại mình đã vội vã đến thế nào.

"Ciao entonces", dijo ella, insultada por la falta de interés.

"Vậy thì tạm biệt nhé," cô ấy nói, tỏ vẻ khó chịu vì sự thiếu quan tâm.

Pero antes de irse cerró la puerta de un golpe terriblemente fuerte.

Nhưng trước khi rời đi, cô ấy đã đóng sầm cửa rất mạnh.

"La despedirán esta noche", dijo el señor Samsa.

"Cô ấy sẽ bị sa thải vào tối nay," ông Samsa nói.

Pero su esposa y su hija estaban demasiado ocupadas para responderle.

Nhưng vợ và con gái ông quá bận rộn nên không thể trả lời ông.

Porque la criada había perturbado la paz recién adquirida.

Bởi vì người hầu gái đã phá vỡ sự yên bình mà họ vừa mới có được.

La madre y la hija se levantaron para ir a la ventana.

Người mẹ và con gái đứng dậy đi đến cửa sổ.

Y abrazados se quedaron allí.

Và họ vòng tay ôm lấy nhau, rồi ở lại đó.

El señor Samsa se giró en su silla para mirarlos.

Ông Samsa xoay người trên ghế để nhìn họ.

Y por un rato los observó en silencio mientras estaban allí de pie.

Và một lúc lâu, anh lặng lẽ quan sát họ đứng đó.

Finalmente les gritó: "¿Queréis venir a mí?"

Cuối cùng, ông gọi họ lại và hỏi: "Các ngươi có muốn đến với ta không?"

"Olvidémonos de todas esas cosas viejas, ¿de acuerdo?"

"Chúng ta hãy quên hết những chuyện cũ đi nhé."

"Ven a mí y dame un poco de tu atención."

"Hãy đến gần tôi và dành cho tôi một chút sự chú ý của bạn."

Las dos mujeres hicieron lo que él les dijo y corrieron hacia él.

Hai người phụ nữ làm theo lời ông ta và vội vàng chạy đến chỗ ông.

Le dieron un abrazo cariñoso y le besaron.

Họ dành cho anh ấy một cái ôm trìu mến và hôn anh ấy.

Regresaron rápidamente para terminar de escribir sus cartas.

Họ nhanh chóng quay lại để viết nốt những lá thư của mình.

Luego los tres abandonaron el apartamento juntos.

Sau đó, cả ba người cùng rời khỏi căn hộ.

No habían salido juntos de casa desde hacía meses.

Họ đã không cùng nhau ra khỏi nhà trong nhiều tháng.

Y tomaron el tranvía hasta las afueras de la ciudad.

Và họ bắt xe điện đến vùng ngoại ô thành phố.

Tenían todo el vagón del tranvía para ellos solos.

Họ có cả toa xe điện dành riêng cho mình.

La luz del sol entraba a raudales por la ventana desde el exterior.

Ánh nắng chan hòa từ bên ngoài chiếu vào qua cửa sổ.

La familia se reclinó cómodamente en sus asientos.

Cả gia đình thoải mái tựa lưng vào ghế.

Y discutieron las perspectivas para su futuro.
Và họ đã thảo luận về triển vọng tương lai của mình.
Al examinarlos más de cerca, sus perspectivas no eran malas.
Khi xem xét kỹ hơn, triển vọng của họ không tệ.
Los tres tenían trabajos con potencial para ganar más.
Cả ba người đều có công việc tiềm năng giúp tăng thu nhập.
Nunca se habían preguntado sobre su trabajo.
Họ chưa từng hỏi nhau về công việc của mình.
Pero ahora finalmente tenían tiempo para discutir esas cosas.
Nhưng giờ thì cuối cùng họ cũng có thời gian để thảo luận
những chuyện như vậy.
**También tenían la opción de mudarse a un apartamento más
pequeño.**
Họ cũng có lựa chọn chuyển đến một căn hộ nhỏ hơn.
Esto tendría el mayor impacto en sus vidas.
Điều này sẽ có tác động lớn nhất đến cuộc sống của họ.
Su apartamento actual había sido elegido por Gregor.
Căn hộ hiện tại của họ do Gregor chọn.
Pero ahora podrían mudarse a algún lugar más asequible.
Nhưng giờ họ có thể chuyển đến một nơi có chi phí sinh hoạt
phải chăng hơn.
**Un apartamento más pequeño, pero en un lugar más
práctico.**
Một căn hộ nhỏ hơn, nhưng tiện nghi hơn.
**Hablar sobre el futuro hizo que Grete se sintiera
nuevamente más animada.**
Việc trò chuyện về tương lai đã khiến Grete trở nên hoạt bát
hơn.
**El señor y la señora Samsa también notaron otros cambios en
ella.**
Ông bà Samsa cũng nhận thấy những thay đổi khác ở cô ấy.
**Sus mejillas se habían vuelto pálidas por todas sus
preocupaciones.**
Má cô tái nhợt vì những lo lắng.
Pero ahora su hija se estaba convirtiendo en una bella dama.
Nhưng giờ đây, con gái họ đang dần trở thành một thiếu nữ
thanh lịch.

Ahora ella realmente era una joven bien formada y hermosa.
Giờ đây, cô ấy quả thực là một thiếu nữ có vóc dáng cân đối
và xinh đẹp.
Sus padres guardaron silencio y admiraron a su hija.
Cha mẹ cô trở nên im lặng và ngưỡng mộ con gái mình.
Se miraron el uno al otro comunicándose inconscientemente.
Họ liếc nhìn nhau, vô thức giao tiếp với nhau.
**"Pronto llegará el momento de encontrar un buen hombre
para ella."**
"Sắp đến lúc tìm một người đàn ông tốt cho cô ấy rồi."
El tranvía había llegado a su destino y redujo la velocidad.
Xe điện đã đến đích và giảm tốc độ.
Su hija pareció confirmar sus nuevos sueños.
Con gái họ dường như đã khẳng định những ước mơ mới của
họ.
Ella fue la primera en levantarse y estirar su joven cuerpo.
Cô ấy là người đầu tiên đứng dậy và vươn vai.

www.ingramcontent.com/pod-product-compliance
Lightning Source LLC
Chambersburg PA
CBHW011040190726
48290CB00011B/2932